AF759006

ബാബുരാജ് അയ്യല്ലൂർ

കണ്ണൂർ ജില്ലയിലെ മട്ടന്നൂരിനടുത്ത് അയ്യല്ലൂരിൽ ജനനം. അച്ഛൻ: പരേതനായ സ്വാതന്ത്ര്യസമര സേനാനി ചെറോട്ട കുഞ്ഞിക്കണ്ണൻ. അമ്മ: പി മാധവി. അയ്യല്ലൂർ എൽ പി സ്കൂൾ, ശിവപുരം ഹൈസ്കൂൾ, മട്ടന്നൂർ, നിർമ്മലഗിരി, ക്രൈസ്റ്റ് കോളേജുകളിലായി വിദ്യാഭ്യാസം. ആരോഗ്യവകുപ്പിൽ കീഴല്ലൂർ പ്രാഥമിക ആരോഗ്യ കേന്ദ്രത്തിൽ ജൂനിയർ ഹെൽത്ത് ഇൻസ്പെക്ടറായി ജോലി ചെയ്യുന്നു. കണ്ണൂർ ആകാശവാണിയിൽ നാടകകൃത്തായും നാടകശബ്ദകലാകാരനായും പ്രവർത്തിക്കുന്നു. ആനുകാലികങ്ങളിൽ കഥ, കവിത, പുസ്തകനിരൂപണം എന്നിവ എഴുതാറുണ്ട്.

പ്രസിദ്ധീകരിച്ച കൃതികൾ: പുളിമരത്തണൽ (നോവൽ), മാളൂട്ടിന്റെ നെക്ലേസ് (കഥകൾ), ബുദ്ധിമാനായ ബുണ്ടയ്യൻ (ബാലനോവൽ), ആയുസ്സിന്റെ തായ്വേരുകൾ (നോവലൈറ്റ്), ചവിട്ടിപ്പോകുന്ന ചിരട്ടക്കനലുകൾ (ലേഖനങ്ങൾ), ഓലച്ചൂട്ട് (കവിതകൾ)

2014 ലെ അകം മാസികയുടെ കഥാപുരസ്കാരം, കണ്ണൂർ റെഡ്സ്റ്റാർ അവാർഡ് എന്നിവ മാളൂട്ടിന്റെ നെക്ലേസിന് ലഭിച്ചിട്ടുണ്ട്. 'ആയുസ്സിന്റെ പാലവും കടന്ന്' എന്ന കഥ പായൽബുക്സ് കഥാപുരസ്കാരം നേടിയിട്ടുണ്ട്. 'ന്യൂസ് അവർ' എന്ന മിനിക്കഥ 2015 ലെ ചെങ്ങളായി ഗ്രാമോദ്ധാരണ വായനശാലയുടെ പുരസ്കാരവും സംസ്ഥാന ഗ്രന്ഥകാര സമിതിയുടെ പുരസ്കാരവും കരസ്ഥമാക്കിയിട്ടുണ്ട്.

ഭാര്യ : പി. എം. ശാലിനി (ടീച്ചർ, അയ്യല്ലൂർ എൽ പി സ്കൂൾ)

മക്കൾ : ആകർഷ്‌രാജ്, ആർഷാരാജ്

വിലാസം : മുരളിക, അയ്യല്ലൂർ പി. ഒ., കോളാരി (വഴി), മട്ടന്നൂർ 670702
email: baburajp72@gmail.com.
Ph: 9495182247

Malayalam Language
Mayilukal Nruthamadunna Veedu
(Stories)
by
Baburaj Ayyallur

Published in November 2022
by Kairali Books Private Limited
Thalikkavu Road, Kannur.
Ph : 0497-2761200
E-Mail : Kairalibooksknr@gmail.com

Cover Design
Prasanth Mangad

Price ₹: 180.00
81/22-23/Sl.No.1389/200/NS 18.6
ISBN 978-93-94472-39-6

മയിലുകൾ
നൃത്തമാടുന്ന വീട്

ബാബുരാജ് അയ്യല്ലൂർ

കൈരളി ബുക്സ്

ഉള്ളടക്കം

മുഖമൊഴി

സപ്തവർണ്ണങ്ങളും സപ്തരാഗങ്ങളും മഴവില്ലഴക് വിരിയിക്കുന്ന ജീവിതത്തിൽ എന്റെ ഏഴാമത്തെ പുസ്തകം പീലി വിടർത്തുകയാണ്. ഒന്നിൽ തുടങ്ങുമ്പോൾ രണ്ടിനെക്കുറിച്ച് ചിന്തിച്ചിരുന്നുപോലുമില്ല. നാടകവും നോവലും നോവലെറ്റും കവിതയും പാട്ടുകളും ലേഖനവുമായി എഴുത്തിടം വിപുലമാവുകയാണ്. ജീവവായുവായ്, വഴിവളിക്കായ്, പാഥേയമായ് മുന്നിലും പിന്നിലും നിലയുറപ്പിച്ചത് പ്രിയസൗഹൃദങ്ങളാണ്. സാമൂഹ്യമാധ്യമങ്ങളുടെ കടന്നുവരവോടെ സൗഹൃദാകാശം അതിരുകളില്ലാതായി.

ബിരുദപഠനകാലത്ത് കവിതയും കഥയുമെഴുതി നാട്ടുകാരൻ കൂടിയായ സാഹിത്യകാരൻ പ്രഭാകരൻ പഴശ്ശിയെ നോക്കാനേൽപ്പിച്ചപ്പോൾ പറഞ്ഞത് "ബാബുവിന് കഥകളെഴുതാനാണ് കൂടുതൽ കഴിയുക - പ്രത്യേകിച്ച് നർമ്മകഥകൾ" എന്നാണ്. അങ്ങനെ ദേശാഭിമാനിവാരികയിൽ 1990 ൽ തുടങ്ങിയ കഥായാനം 'മാളൂട്ടീന്റെ നെക്‌ലേസിൽ' എത്തിനിൽക്കുന്നു. രണ്ട് പുരാണസന്ദർഭങ്ങളെ പൊലിപ്പിച്ചെടുത്ത് എഴുതിയ 'ആയുസ്സിന്റെ തായ്‌വേരുകൾ' ചിന്താപബ്ലിഷേഴ്‌സ് 2016 ൽ പ്രസിദ്ധീകരിച്ചത് അഭിമാനത്തോടെ ഓർക്കുന്നു. അക്കൊല്ലത്തെ വാർഷിക കണക്കെടുപ്പിൽ ശ്രീ.അബുരാജ് ചിന്തയുടെ മികച്ച പുസ്തകങ്ങളിലൊന്നായി അതിനെ വിലയിരുത്തിയത് ഒരു അവാർഡോളം പോന്ന അംഗീകാരമായിരുന്നു.

കൊറോണക്കാലത്താണ് ഏറ്റവുമധികം കവിതകളെഴുതിയത്. എല്ലാം മുഖപുസ്തകത്താളുകളിലാണെന്ന് മാത്രം. സമയലാഭവും ക്ഷിപ്രപ്രതികരണവും കൂടുതൽ എഴുതാനുള്ള ഇന്ധനമായി. അങ്ങനെയിരിക്കെയാണ് ആകാശവാണി സാഹിത്യരംഗത്തിൽ അവതരിപ്പിച്ച അഞ്ച് കഥകളടക്കം പത്ത് കഥകൾ തങ്ങളെ ഇനിയും അക്ഷരമഷിക്കുപ്പായമിടീച്ചില്ലല്ലോയെന്ന് വിലപിച്ചത്. 'മാളൂട്ടിന്റെ നെക്‌ലേസി' ൽ മികച്ച അഭിപ്രായം നേടിയ മൂന്ന് കഥകൾ കൂടി ചേർത്ത് 'മയിലുകൾ നൃത്തമാടുന്ന വീട്' ഒരുങ്ങുകയാണ്. എന്നും സ്നേഹനിലാവായ് നിലകൊണ്ട പ്രിയവായനക്കാർ കൂടെയുണ്ടാകുമെന്നെനിക്കുറപ്പുണ്ട്. കഥാശരീരത്തിലൂടൊരു മുറിവേൽപ്പിച്ചാൽ ചുടുചോര ചിന്തുന്നതായിരിക്കണം കഥകളെന്ന്

നിരൂപിച്ചുറപ്പിച്ചത് റഷ്യൻ നാടകകൃത്തും ചെറുകഥാകൃത്തുമായ ആന്റൺ ചെക്കോവാണ്. ജീവിതത്തിന്റെ ചൂടും ചൂരുമുള്ള ചോരയും നീരുമുള്ള കഥകളാണിതെന്ന വിശ്വാസത്തോടെ നിങ്ങളുടെ കൈകളിലേക്ക് എത്തുകയാണ്.

എന്റെ എഴുത്തുവിളക്കിൽ എണ്ണ പകർന്നുകൊണ്ടിരിക്കുന്ന പ്രിയപ്പെട്ടവർക്കെല്ലാം ഒറ്റവാക്കിൽ നന്ദി. എഴുത്തുവഴികളിൽ പൂർവ്വസൂരികളുടെ പാദമുദ്രകളൊന്നും പിന്തുടരാതെ സ്വന്തമായൊരു വഴിവെട്ടി പതിയെ നടക്കുന്ന എന്റെ കഥനകലയിലെ ലാവണ്യദർശനം കണ്ടെടുത്ത് ഓരോ കഥയിലൂടെയും അതിന്റെ വേരുകളിലൂടെയും സഞ്ചരിച്ച് ജീവകോശങ്ങൾ കണ്ടെത്തി വ്യാഖ്യാനചാരുതയുടെ അക്ഷരപ്പൊലിമയോടെ മികച്ച അവതാരിക എഴുതിത്തന്ന ഡോ.സി.കെ.മോഹനൻ മാഷിന് നന്ദി. പ്രസിദ്ധീകരണച്ചുമതല ഏറ്റെടുത്ത കൈരളി ബുക്സിലെ ഒ. അശോക് കുമാറിനും നന്ദി.

സസ്നേഹം

ബാബുരാജ് അയ്യല്ലൂർ

കഥനകലയിലെ ലാവണ്യദർശനം

ഡോ. സി. കെ. മോഹനൻ

അമൂർത്തമായ കഥാസങ്കല്പമോ കഥാഘടനയോ കൈക്കൊള്ളാതെ നിയതവും മൂർത്തവും പ്രത്യയശാസ്ത്രനിബദ്ധവുമായ കഥകളുടെ വക്താവാണ് ബാബുരാജ് അയ്യല്ലൂർ.

ആജീവനാന്ത പ്രണയത്തിലേക്കും അത്യസാധാരണ സൗഹൃദത്തിലേക്കും അവാച്യമായ അന്തർദർശനത്തിലേക്കും തുറക്കുന്ന എത്രയോ വാതിലുകൾ മറഞ്ഞുനിൽപ്പുണ്ടീ കൃതിയിൽ.

അകന്നുനിൽക്കുന്ന കരകളെ ബന്ധിപ്പിക്കുന്ന 'പാലങ്ങൾ' കഥകൾകൊണ്ടു പണിയാം. പൊള്ളിപ്പോയ മനസ്സിനെ ഉള്ളിൽതൊടുന്ന കഥകൾകൊണ്ട് സമാശ്വസിപ്പിക്കാം. കഥനവൈഭവമാണ് പ്രഥമപ്രധാനം. സത്യകഥയോ ശാസ്ത്രകഥയോ കെട്ടുകഥയോ ഏതുമാവട്ടെ അണഞ്ഞുപോവാത്ത അനുഭൂതി പകരാവുന്നിടത്താണ് രചനയുടെ സാഫല്യം.

ബാബുരാജ് അയ്യല്ലൂരിന്റെ പുതിയ കൃതി 'മയിലുകൾ നൃത്തമാടുന്ന വീട്' പതിമൂന്നു കഥകളുടെ സമാഹാരമാണ്.

മുമ്പേ പോയവന്റെ പിമ്പേ പോവാനല്ല; തനിക്കു പോവേണ്ടിടത്ത് സ്വന്തം വഴിയിലൂടെ പോവുക എന്നതാണ് ബാബുരാജിന്റെ എഴുത്തുരീതി. തന്റെ രചനാബോധ്യങ്ങൾ വായനക്കാരന്റെ മനസ്സിൽ ചിത്രണം ചെയ്യുന്നതിലാണ് ജാഗ്രത. മാളൂട്ടിന്റെ നെക്ലേസ്, ആയുസ്സിന്റെ തായ്‌വേരുകൾ, ഓലച്ചൂട്ട് തുടങ്ങിയ മറ്റു കൃതികൾക്ക് ലഭിച്ച വലിയ സ്വീകാര്യതക്ക് കാരണവുമിത് തന്നെ.

അസംതൃപ്തിയുടെയും ഉപജാപങ്ങളുടെയും രക്തച്ചൊരിച്ചിലിന്റെയും ഇരുണ്ട കാലത്ത് സാഹിത്യകൃതികൾ സ്നേഹദൂതുകളാവുന്നു. ബാബുരാജ് അയ്യല്ലൂരിന്റെ പുതിയ കഥാപുസ്തകം 'മയിലുകൾ നൃത്തമാടുന്ന വീട്', അഭയവും ആശ്വാസവും പകരുന്ന സ്നേഹഭവനമാണ്.

കഥകൊണ്ട് നാമാടി പല
ജന്മമൊന്നിൽ
കഥകൊണ്ട് കാലമോ
നക്ഷത്രകോടി

കഥകൊണ്ട് നാം
നെയ്തു സ്വർഗ
നരകങ്ങൾ
പല ലോകവിസ്തൃതി
യുമൊരേ വസുധയിൽ (കഥനം : കെ.ജി.ശങ്കരപ്പിള്ള)

ഇറയത്തേക്കുള്ള പടവുകളിൽ ചവിട്ടുമ്പോൾ വീട്ടുപേര് ചിരിച്ചുകൊണ്ട് വരവേറ്റു, 'സ്നേഹം'. കാവലിനില്ലെങ്കിലും ഒരു നായ, അങ്കവാലുയർത്തി നടക്കുന്ന അഹംഭാവികളായ നാടൻകോഴികൾ, ആമ്പലും താമരയും നിറഞ്ഞുചിരിക്കുന്ന മീൻകുളം, തൊഴുത്തിൽ പശുക്കളും കൂടിയായപ്പോൾ എല്ലാം തികഞ്ഞു.

ഇത് കേവലമായ എഴുത്തല്ല; തൂലികാചിത്രമാണ്.

പ്രവീൺമാഷിന് ആതിഥ്യം നൽകുന്ന ദേവേട്ടന്റെ വീടിനെക്കുറിച്ച് എല്ലാവർക്കും ഒന്നേ പറയാനുള്ളു. 'ഇനിയും ഇവിടെ വരണം. വരാതിരിക്കാൻ വയ്യ.' മയിലാട്ടത്തേക്കാൾ മനോഹരമായ വീടുകളും മയിലുകളേക്കാൾ ഭംഗിയുള്ള മനസ്സുകളും കഥാകൃത്തിന്റെ സങ്കല്പലോകമാണ്. അസാധ്യമായത് കല്പനകൊണ്ട് സാധിക്കാൻ സാഹിത്യത്തിന് കഴിയും. അതുകൊണ്ടാണ് മാവേലിനാടും രാമരാജ്യവും അന്യൂനവും അനവദ്യവുമായിത്തീർന്നത്. തലമുറകൾ നെഞ്ചേറ്റി കൈമാറുന്ന സമ്മോഹനസങ്കല്പമാണത്. 'മയിലുകൾ നൃത്തമാടുന്ന വീട്ടിൽ' സസ്യലതാദികളും പക്ഷിമൃഗാദികളും ഭേദചിന്തയില്ലാത്ത കുടുംബാംഗങ്ങൾ. കൻമഷമില്ല, കാലുഷ്യമില്ല. ഇരുട്ടിന് ഒട്ടും സ്ഥാനമില്ല. അത് സ്നേഹസൗന്ദര്യങ്ങളുടെ നർത്തനഭൂമികയാണ്.' ഇമ്മട്ടിൽ ഉദാത്തമായ പാരസ്പര്യത്തിന്റെ ഉന്നതമായ മൂല്യബോധത്തിന്റെ അകളങ്കമായ സ്നേഹത്തിന്റെ കനകകാന്തി ചൊരിയുന്നുണ്ട് ഇതിലെ കഥകളും.

'ന്യൂസ് അവറല്ല മാഷേ; ന്യൂസ് ചവറാ.' ന്യൂസ് അവർ കഥ ഭാര്യയുടെ ഈ പ്രഖ്യാപനത്തോടെ തിരശ്ശീല താഴ്ത്തുന്നു. നമ്മളേവരും പറയുകയോ പറയാൻ ആഗ്രഹിക്കുകയോ ചെയ്യുന്ന കാര്യം.

കഥ വായിക്കുമ്പോൾ തല കുലുക്കിപ്പറഞ്ഞുപോവും, 'സംശയമില്ല, വെള്ളം ചേർക്കാത്ത സത്യം.' സാമ്പ്രദായിക വഴിയോ സാഹിത്യസിദ്ധാന്തങ്ങളുടെ തടവോ പരിഗണിക്കാത്ത സ്വകീയമായ രചനാശൈലി. കഥയല്ലിത് ജീവിതം എന്നു വരുമ്പോഴാണ് എഴുത്ത് ജനപ്രിയമാവുക. മിൽട്ടൺഹോസ്പിറ്റലിലെ സിസ്റ്റർ മരിയയെ നിനച്ചിരിക്കാത്ത നേരത്ത് കാൻസർ പിടിമുറുക്കുന്നു. ഇതിന്റെ കഥയാണ് 'കരിന്തേൾ'. സന്ദർഭം ആവശ്യപ്പെടുന്ന വികാരവിനിമയ ശേഷിയാണ് രചനയുടെ മിഴിവിന്

ഹേതു. ആഖ്യാനത്തിലെ കൃത്യത സാഹിത്യകൃതികളെ ചേതോഹരമാക്കുന്നു. 'ഇല്ലെന്നുറപ്പിക്കാനാണ് രോഗി ടെസ്റ്റുകൾ ചെയ്യുന്നത്. പക്ഷേ ഉണ്ടെന്നുറപ്പിക്കാനാണ് ഡോക്ടർ ടെസ്റ്റുകൾ ചെയ്യിക്കുന്നത്'. ഇതാണ് ഡോക്ടറും രോഗിയും തമ്മിലുള്ള ദാർശനികദൂരം.

പ്രമേയം ആഖ്യാനം ആവിഷ്കാരം എന്നിവയിൽനിന്നെല്ലാം കൂടി ഉരുവപ്പെടുന്ന അവാച്യമായ ഒരു സൗന്ദര്യമുണ്ട്. അതാണ് ലാവണ്യം. കഥനകലയിലെ ലാവണ്യമാണ് ഈടുറ്റ കഥകൾക്ക് ഉപാദാനം.

വാമൊഴിച്ചന്തവും നാട്ടുനന്മകളും പ്രകാശിക്കുന്ന വായനക്കാരുടെ മനസ്സു തൊടുന്ന കഥയാണ് 'പരമേശ്വരം'. ഇല്ലായ്മയും വല്ലായ്മയും ഏറിയും കുറഞ്ഞും എല്ലാവർക്കുമുണ്ട്. നിശ്ചിതവരുമാനം മാത്രമുള്ള ഉത്തമന്റെ വീടുപണിയുടെ പ്രാരാബ്ദ്ധത്തിൽ കഥ തുടങ്ങുന്നു. തന്റെ പ്രിയപ്പെട്ട പരമേശ്വരൻ മാഷിന്റെ മരണവാർത്തയിലൂടെ വളരുന്നു. മരണവീട്ടിൽനിന്നും മടങ്ങവേ ഹെൽമറ്റിടാത്ത കുറ്റത്തിന് എസ്ഐയുടെ ശകാരം. ശോകത്തിൽ തുടങ്ങി നേരിയ പുഞ്ചിരിയിൽ കഥാന്ത്യം. പരമേശ്വരസ്മിതമാണ് കഥാകാരൻ കാണുന്നത്. മനസ്സിൽനിന്നും മാഞ്ഞുപോകാത്ത കഥയാണ് 'പരമേശ്വരം'.

മകനും മകൾക്കുമായി തന്റെ കരളും വൃക്കയും പകുത്തുനൽകി ആയുസ്സിന്റെ പാലം കടത്തി കൃതകൃത്യയാവുന്ന അമ്മയെ വായനക്കാർ നെഞ്ചിൽ കുടിയിരുത്തും.

ഹെൽത്ത് ഇൻസ്പെക്ടർ ഗോപന്റെ മനുഷ്യപ്പറ്റനുഭവിച്ചറിയുന്ന രാമദാസൻ. ജീവിതത്തിന്റെ കണക്കുപുസ്തകത്തിൽ ഉത്തരം കിട്ടാത്ത ചോദ്യങ്ങളുണ്ട്. ആകസ്മികതയുടെ മറുപേരാണ് ജീവിതമെന്ന് പഠിച്ചയാളാണ് 'പരിചിതമായ ചിരിയിലെ' കഥാനായകൻ രാമദാസൻ. ആവത് കാലത്ത് നന്മയുടെ പൂമരമായിരുന്ന ദാസന് ഹൃദയാഭിവാദ്യങ്ങൾ നേരാൻ കഥാകൃത്ത് വായനക്കാരെ സജ്ജരാക്കുന്നു.

നവരസമുതിർക്കുന്ന ഒന്നാംതരം കഥയാണ് 'അമ്മിക്കല്ല്'. രാഷ്ട്രീയും പരിസ്ഥിതിയും വിമർശനവും പരിഹാസവും ചേരേണ്ടവിധം ചേർന്നപ്പോൾ അമ്മിക്കല്ല് ധ്വനീസാന്ദ്രമായ കഥയായി.

സുകുമാരൻ എന്ന സുലൈമാന് തീർത്ത അക്ഷരസ്മാരകമായിട്ടുണ്ട് 'വെളുവെളുക്കെ ചിരിച്ച് ഒരാൾ' എന്ന കഥ. തെങ്ങിന് കമ്പി കെട്ടുന്ന അനന്തേട്ടനും ട്യൂബ് പുറംകൊണ്ട് പൊട്ടിക്കുന്ന സുലൈമാനും തമ്മിൽ നടത്തുന്ന സംഭാഷണം അനുവാചകരിൽ കണ്ണീർ പടർത്തുന്നുണ്ട്. ചുറ്റിലും കാണുന്നതും എന്നാൽ മിക്കവരും കാ ണാതെ പോവുന്നതുമായ വിഷയങ്ങളാണ് ബാബുരാജ് കഥകളുടെ പ്രമേയങ്ങൾ.

അദ്ദേഹത്തിന്റെ 'ചവുട്ടിപ്പോവുന്ന ചിരട്ടക്കനലുകൾ' എന്ന കൃതി ഇതിന് തെളിവാണ്.

'ഉദാരൻ' എന്ന കൃതിയിലെ ഉദ്യോഗാർത്ഥികൾ നോവുണർത്തുമ്പോൾത്തന്നെ ചിരി പടർത്തുന്നുണ്ട്. 'കരിമ്പുക'യിലെ സാമൂഹ്യപ്രവർത്തകൻ, അക്കേറിയക്കഥയിലെ ഗൃഹനാഥൻ, ഒതുക്കിലെ യുവതി എന്നീ കഥാപാത്രങ്ങൾ നമുക്ക് ചിരപരിചിതരാണ്.

ഇതിഹാസത്തിലെ രാമനും കഥയിലെ രാമനും തമ്മിലുള്ള സാജാത്യവൈജാത്യങ്ങൾ വായനക്കാർ വിലയിരുത്താതിരിക്കില്ല.

കഥകൾ പുതിയതായതുകൊണ്ടായില്ല. നല്ല കഥകളാകണം. ഷഹ്റാസാദ് പ്രാണഭയത്താൽ കഥകൾ പറഞ്ഞുകൊണ്ടേയിരുന്നു. ഷഹരിയാർരാജാവ് അമ്പരപ്പോടെ കേട്ടുകൊണ്ടേയിരുന്നു. പറയുന്നതിലെ വൈഭവം കേൾക്കുന്നതിൽ ഉദ്വോഗമുണർത്തുന്നു അറേബ്യൻ കഥകളിലേക്കും കഥാസരിത്സാഗരത്തിലേക്കും ഈസോപ്പ് കഥകളിലേക്കും വായനക്കാർ ആർത്തിയോടെ ഇന്നും പാഞ്ഞടുക്കുന്നുണ്ട്. തകഴിയുടെ തലമുറക്കാരെഴുതിയ കഥകൾ ജനങ്ങൾ ആവേശത്തോടെ വായിച്ചത് തങ്ങളുടെ ജീവിതത്തിന്റെ പ്രതിഫലനം അവയിൽ കണ്ടതുകൊണ്ടാണ്. കാലാനുസാരിയായ രീതിഭേദങ്ങൾ ആഖ്യാനത്തിൽ സംഭവിച്ചേ തീരൂ. രീതി ഏതുതന്നെയായാലും അനുവാചക ഹിതമാണ് സാഹിത്യത്തിലെ കേന്ദ്രബിന്ദു.

മൂല്യവത്തായ അസ്വസ്ഥതകൾ ജനിപ്പിക്കാൻ ത്രാണിയുള്ളവയാണ് അയ്യല്ലൂർ കഥകൾ. കഥ വായിക്കുമ്പോൾ നമ്മൾ കഥാപാത്രങ്ങളാവുന്നു. കഥകളിൽ നമ്മുടെ സ്ഥാനവും തരവും സൂക്ഷ്മതയോടെ അടയാളപ്പെട്ടിരിക്കുന്നു. ആസ്വാദനത്തിനുമാത്രമല്ല, ആത്മാന്വേഷണത്തിനുകൂടിയാണ് ബാബുരാജിന്റെ കഥകൾ. മയിലുകൾ നൃത്തമാടുന്ന വീട്ടിലേക്ക് സഹൃദയർക്ക് സുസ്വാഗതം.

മയിലുകൾ നൃത്തമാടുന്ന വീട്

മയിലുകൾ കൂട്ടത്തോടെ പറന്നെത്തി നൃത്തമാടുന്ന വീട് കാണിച്ചു തരാമെന്ന് പറഞ്ഞാണ് അവൻ അവരെ യാത്രക്ക് വിളിച്ചത്. കഴുകി വൃത്തിയാക്കിയ ആൾട്ടോകാറിൽ വെളുത്ത ഷർട്ടും മുണ്ടും മാത്രം ധരിച്ച് സദാ പ്രസരിപ്പിന്റെ പ്രകാശം പരത്തിക്കൊണ്ടിരിക്കുന്ന പ്രകാശന്റെ കാറിലായിരുന്നു യാത്ര. മലയോരത്തിന്റെ ഹരിതഭംഗികളും കുന്നും മലയും പാറക്കെട്ടുകളും കടന്നുള്ള യാത്ര രസകരമായിരുന്നു. മയിലുകളെ എത്രയോ തവണ കണ്ടിട്ടുണ്ട്. കാഴ്ചബംഗ്ലാവുകളിലും മറ്റുമായി... പക്ഷെ ഇവിടെ അവ രാവിലെയും വൈകുന്നേരവും ഇറങ്ങിവന്ന് നൃത്തം വെക്കുകയാണുപോലും.

മികച്ച പ്രാസംഗികനും സംഘാടകനുമായ പ്രവീണിന് അവന്റെ രീതികളും ചിന്തകളുമായി ഒരിക്കലും പൊരുത്തപ്പെടാത്ത ലോട്ടറി വകുപ്പിൽ ജോലി കിട്ടിയപ്പോൾ അവൻ മാത്രമല്ല, സുഹൃത്തുക്കളും ചിന്താമഗ്നരായി.

'ഏതായാലും സർക്കാർ ജോലിയല്ലേ...നീ പോയി ജോയിൻ ചെയ്യ്.... ബാക്കി പിന്നെ ആലോചിക്കാം.' സുഹൃത്തുക്കളും വീട്ടുകാരും നിർബന്ധിച്ചു.

ഏറെ ആഗ്രഹിക്കുന്ന അദ്ധ്യാപകജോലിക്കുള്ള പി.എസ്.സി. ലിസ്റ്റിലാണ് അവന്റെ കണ്ണ്. കിട്ടുമായിരിക്കും. ഇല്ലെങ്കിലോ...അതാലോചിക്കാൻ പോലും വയ്യ...ഭാഗ്യദേവതയുടെ വകുപ്പിൽ കഷ്ടിച്ച് ഒന്നരവർഷത്തെ സേവനം. സർക്കാർവകുപ്പിന്റെ മയമില്ലാവകുപ്പുകൾ മനസ്സിലായിത്തുടങ്ങി, പൊരുത്തപ്പെടലിന്റെ എലിപ്പെട്ടിയിൽ മെരുങ്ങിവരുമ്പോഴാണ് അഡ്വൈസ് മെമ്മോ വന്നത്. ഒരാഴ്ച കഴിഞ്ഞില്ല, പിന്നാലെ നിയമനഉത്തരവും. അതെ, ഏറെ ആഗ്രഹിച്ച അധ്യാപകജോലിയിൽ അവൻ നിയമിക്കപ്പെട്ടിരിക്കുന്നു.

ജില്ലയുടെ മലയോരഅതിർത്തി ഗ്രാമത്തിൽ സ്ഥിതി ചെയ്യുന്ന തിരുമേനി ഗവൺമെന്റ് യു.പിസ്കൂളിൽ.

'വീട്ടിൽനിന്നും മൂന്ന്മണിക്കൂറെങ്കിലും ബസ് യാത്ര ചെയ്യേണ്ടിവരും.' കലക്ട്രേറ്റിലെ ജോലിക്കാരനായ അനിലാണത് പറഞ്ഞത്. 'സാരമില്ലെടാ നീ ഏറെ ആഗ്രഹിച്ച ജോലിയല്ലേ, ആഗ്രഹിക്കുന്ന ജോലി

ലഭിക്കുന്നതുതന്നെ മഹാഭാഗ്യം. എം.എയും പിഎച്ച് ഡിയും എടുത്തവർപോലും കെ.എസ്.ആർ.ടി.സി കണ്ടക്ടറാകുന്ന നാടാ ഇത്.' ആരോഗ്യവകുപ്പിലെ ഗിരീഷ് പറഞ്ഞുറപ്പിച്ചു.

കൊട്ടിക്കലാശത്തിന്റെ മംഗളഗാനം പാടുന്ന മാർച്ച് മാസമായിരുന്നു അത്. മൂന്ന് നാല് ബസ് മാറിപ്പിടിച്ച് തിരുമേനിയിലെത്തിയപ്പോൾ തളർന്നിരുന്നു. എല്ലാവരും പുതിയ മാഷെ സ്നേഹത്തോടെ സ്വീകരിച്ചു. സ്കൂൾ വാർഷികപരിപാടിയുടെ സ്വാഗതസംഘം യോഗം ചേരുന്ന ദിവസമായിരുന്നു അവന്റെ വരവ്. പുതിയ മാഷെ പരിചയപ്പെടുത്തി. ഹെഡ്മിസ്ട്രസ് റോസി ടീച്ചർ സംസാരിച്ചു. അഞ്ചുമിനുട്ടു നേരമുള്ള പ്രവീൺ മാഷിന്റെ പ്രസംഗം സദസ്സ് അത്ഭുതാദരങ്ങളോടെയാണ് കേട്ടത്. പൊതുവിദ്യാഭ്യാസമേഖലയിലെ പ്രശ്നങ്ങൾ തൊട്ടുകൊണ്ടുള്ള രക്ഷിതാക്കളുടെ മനസ്സറിഞ്ഞ കൊച്ചു പ്രസംഗത്തിലൂടെ പ്രവീൺമാഷ് അവരുടെ മനസ്സുകളിൽ കയറിക്കൂടി. പി.ടി.എ കമ്മിറ്റി പ്രത്യേകം യോഗം ചേർന്ന് മാഷുടെ താമസത്തിനുള്ള സൗകര്യം ചെയ്തുകൊടുക്കുവാൻ തീരുമാനിച്ചു. സ്ഥലത്തെ വില്ലേജ് ഓഫീസറും പൊതുകാര്യപ്രസക്തനുമായ ദേവൻമാഷ് സസന്തോഷം തന്റെ വീട്ടിലേക്ക് അയാളെ സ്വാഗതം ചെയ്തു. ആ സ്നേഹാശ്ലേഷത്തിൽ അവൻ കോരിത്തരിച്ചു.

മുറ്റത്ത് വാട്ടർടാപ്പുണ്ടായിട്ടും കാൽകഴുകാൻ തേച്ചുമിനുക്കിയ കിണ്ടിവെള്ളവുമായി ഷീജയും അമ്മയും മൂന്ന് ആൺകുട്ടികളും ചിരിച്ചുകൊണ്ട് മുന്നോട്ടാഞ്ഞപ്പോൾ ആർപ്പുവിളികളും ചെണ്ടമേളവും മേലാപ്പുമായി തന്റെ വീടിന് മുന്നിലെത്തിയ തമ്പുരാട്ടിത്തെയ്യത്തിന് കാലിൽ വെള്ളമൊഴിച്ചുകൊടുക്കുന്ന അമ്മയെയാണ് അയാൾ ഓർത്തത്. ഇറയത്തേക്കുള്ള പടവുകളിൽ ചവിട്ടുമ്പോൾ വീട്ടുപേര് ചിരിച്ചുകൊണ്ട് വരവേറ്റു. 'സ്നേഹം'. പണിതീർന്നിട്ടും ഫിനിഷിംഗിന്റെ കരസ്പർശമേൽക്കാത്ത വീട് ഒരു പരന്ന വെളിമ്പ്രദേശത്തായിരുന്നു. കാവലിനല്ലെങ്കിലും ഒരു നായ, അങ്കവാലുയർത്തി നടക്കുന്ന അഹംഭാവികളായ നാടൻകോഴികൾ, ആമ്പലും താമരയും നിറഞ്ഞ് ചിരിക്കുന്ന മീൻകുളം, തൊഴുത്തിൽ പശുക്കളും കൂടിയായപ്പോൾ എല്ലാം തികഞ്ഞു. പരന്നുകിടക്കുന്ന ചെങ്കൽപ്പാറയിൽ മണ്ണിട്ട് നികത്തി അതിൽ കപ്പയും വാഴയും ചേമ്പും ചേനയും നട്ടുപിടിപ്പിച്ച വീട്ടുപറമ്പ് മലയോരത്തിന്റെ നെടുകെ പിളർന്ന ഭാഗമാക്കാൻ എല്ലാവരും ഉത്സാഹിച്ചിരുന്നു. ഷീജേച്ചിയും അമ്മയും ഓടിവന്ന് വീടിനെ പച്ചപ്പിന്റെ മേലാടയണിയിക്കുകയായിരുന്നു. ആ വീട്ടിലെ നിറഞ്ഞുതുളുമ്പുന്ന ജീവിതം കണ്ട് അവൻ പൂത്തുലഞ്ഞു. ഒരൊറ്റമാസംകൊണ്ട് കുട്ടികളുടെയും നാട്ടുകാരുടെയും സ്

നേഹഭാജനമായി മാറിയ പ്രവീൺ നാട്ടിലെ ചർച്ചാവിഷയമായി മാറി. വാർഷികാഘോഷ പരിപാടികളിലൂടെ മാഷുടെ നേതൃപാടവം നാട്ടുകാർ കണ്ടറിഞ്ഞു. മികച്ച അദ്ധ്യാപകനെന്ന് രണ്ടാഴ്ചകൊണ്ട് പേരെടുത്തത് അയാളുടെ ജന്മസിദ്ധമായ കഴിവിനുള്ള അംഗീകാരമായിരുന്നു.

രണ്ടുമാസത്തെ അവധിക്കുശേഷം സ്കൂൾ തുറന്നപ്പോൾ ആ വീട്ടിലെ അനിയൻമാഷായി പ്രവീൺ മാറിയിരുന്നു. കുട്ടികൾക്ക് ട്യൂഷനെടുത്തുകൊണ്ടിരിക്കെ ഇളയവനായ ഋഷികേശാണ് ചോദിച്ചത്.

'മാഷേ...മാഷേ...നിങ്ങള് മയിലിനെ കണ്ടിട്ടുണ്ടോ...ജീവനോടെ.'

'ഉണ്ടല്ലോ...' പ്രവീൺ ചിരിച്ചുകൊണ്ട് പറഞ്ഞു.

'മയിലുകൾ നൃത്തം ചെയ്യുന്നത് കണ്ടിട്ടുണ്ടോ?'

'അതില്ല. കാഴ്ചബംഗ്ലാവിലാ ഞാൻ കണ്ടത്.'

'എന്നാല് മാഷേ, ദാ മയിലുകൾ ഇവിടെ വരും. നമ്മുടെ വീട്ടിന്റെ ചുറ്റിലും.' അശ്വഘോഷാണത് പറഞ്ഞത്.

'പുളുവടിക്കല്ലേ മക്കളേ...' കസേരയിൽ ഇളകിയിരുന്ന് മാഷ് പറഞ്ഞു.

'പുളുവല്ല മാഷേ...ഒന്നും രണ്ടുമല്ല. ഒരു കൂട്ടം മയിലുകൾ. നമ്മുടെ വീടിന് ചുറ്റും വന്ന് നൃത്തം ചെയ്യും.'

സംസാരം കേട്ട ഷീജേച്ചിയും നാരായണിയമ്മയും വാതിലിനടുത്തെത്തി കൂട്ടിച്ചേർത്തു.

'എപ്പഴാ വരുന്നതെന്ന് പറയാൻ പറ്റൂലാ. നാട്ടുപോകാണ്ട് ഇവിടത്തന്നെ നിൽക്കണം. എന്നാലേ കാണാൻ പറ്റൂ.'

'ശരി. എന്നാലതൊന്ന് കണ്ടിട്ട്തന്നെ ബാക്കി കാര്യം.' പ്രവീൺ വളരെ പെട്ടെന്ന് അവരുടെ കുടുംബാംഗമായി മാറുകയായിരുന്നു. അങ്ങനെയിരിക്കെ മഴ മാറി. തെളിഞ്ഞ് നിൽക്കുന്ന ഒരു വൈകുന്നേരം. ദേവേട്ടൻ ഓഫീസിൽനിന്ന് എത്തിയിട്ടില്ല. സ്കൂളിൽ മറ്റ് പരിപാടികളൊന്നുമില്ലാത്തതിനാൽ പ്രവീൺ നേരെയെത്തി. വീട്ടുപറമ്പിലേക്ക് കാലെടുത്തുവെക്കുമ്പോൾ ഋഷികേശ് ഓടിവന്ന് പറഞ്ഞു, 'മാഷെ മാഷെ ഒച്ചയാക്കല്ലേ. മയിലുകൾ വന്നിട്ടുണ്ട്. ബാ...' പതുങ്ങിപതുങ്ങി അടുക്കളയിലെത്തി. പിറക് വശത്തെ ജനലഴികൾക്കിടയിലൂടെ നോക്കിയപ്പോൾ അതാ മയിലുകൾ പറന്നിറങ്ങുന്നു. അവ പതുക്കെ സ്നേഹവീട് ലക്ഷ്യമാക്കി നടന്നടുക്കുകയാണ്. പത്ത് പന്ത്രണ്ടോളം മയിലുകൾ. പതുക്കെ അവ ചിറക് വിടർത്തി തെയ്യക്കോലങ്ങൾപോലെ നടന്നടുക്കുന്നു. അവ വീട്ടുപറമ്പിൽ കടന്ന് നൃത്തമാടാൻ തുടങ്ങി. മയിലാട്ടത്തിന്റെ വർണ്ണഭംഗി അവിടെ പരന്നൊഴുകിയപ്പോൾ അവൻ വിസ്മയക്കാഴ്ചകളുടെ ലോകത്ത് കണ്ണുംനട്ടിരുന്നു. അന്ന് രാത്രി അയാൾ ചിന്തയുടെ നീലാകാശ

ത്ത് ചുറ്റിനടന്നു.

എന്തായിരിക്കും മയിലുകൾ ഇവിടെ വരാൻ കാരണം.?

പിറ്റേന്ന് രാവിലെ പല്ലുതേക്കാൻ പുറത്തേക്കിറങ്ങിയപ്പോഴാണ് ദേവേട്ടൻ ബാഗുമായി ഇറങ്ങിയത്.

'മാഷേ ഒരു കാര്യമുണ്ട്. നാളെ ശനിയാഴ്ചയാണെന്ന് വെച്ച് നാട്ടിൽ പോയ്ക്കളയാമെന്ന് വിചാരിക്കേണ്ട. എനിക്ക് ഒരാഴ്ച തിരുവനന്തപുരത്ത് ഒരു ട്രെയിനിംഗുണ്ട്. ഞാൻ വന്നിട്ടേ പോകാവൂ. '

'അത്...അത്...ഞാൻ..' എന്ന് പറയുമ്പോഴേക്കും ദേവേട്ടൻ ബൈക്ക് സ്റ്റാർട്ട് ചെയ്തിരുന്നു.

'ഇയാളെന്തൊരു മനുഷ്യനാണ്, ഒരുമാസത്തെ പരിചയം മാത്രമുള്ള എന്നെ ഈ കുടുംബത്തെയേൽപ്പിച്ച് പോയിക്കളഞ്ഞില്ലേ...ദേവേട്ടൻ ഈ ലോകത്ത് തന്നെയല്ലേ ജീവിക്കുന്നത്. നാട്ടിലെ പത്രമൊന്നും ദേവേട്ടൻ വായിക്കാറില്ല...ആഴമുള്ള വായനയുണ്ടെന്നുള്ളത് ശരിതന്നെ. ലോകക്ലാസിക്കുകളും തത്വചിന്തകളും ചർച്ചയിൽ കടന്നുവരുമ്പോഴൊന്നും ഇത്രത്തോളം വികസിതമാണാ മനസ്സെന്ന് കരുതിയിരുന്നില്ല.'

അവരുടെ സംഘമെത്തുമ്പോൾ ഒരു കൂട്ടരെ യാത്രയാക്കുകയായിരുന്നു ദേവേട്ടനും കുടുംബവും. അവരെ കാറിൽ കയറ്റിവിട്ട ശേഷം കാറിൽനിന്നിറങ്ങിയ അവരോടായി അയാൾ പറഞ്ഞു.

'ഷീജയുടെ അനിയത്തിയും കുടുംബവുമാണ്. ഇന്നലെയേ വന്നതാ.'

വിരുന്നുകാരും വിരുന്നുശീലവും ഇവിടെ മയിലാട്ടമാടുകയാണ്. ഈ ഹൃത്തടമാണ് നർത്തനവേദി. ആദ്യം ചായ. ഇടയ്ക്ക് കുശലാന്വേഷണം. സാഹിത്യം, രാഷ്ട്രീയം, നാട്ടുവിശേഷം, വീട്ടുവിശേഷം...അവസാനമാണ് പരിചയപ്പെടുത്തിയത്.

'ഇത് കഥയൊക്കെ എഴുതുന്ന മനോജ്മാഷ്. രണ്ടുമൂന്ന് പുസ്തകമൊക്കെ ഇറക്കിയിട്ടുണ്ട്.'

'ഓ നമുക്കൊരു കൂട്ടായല്ലോ.' ദേവേട്ടൻ പ്രതികരിച്ചു.

'കഥ മാത്രമല്ല, റേഡിയോയില് നാടകോം എഴുതും. അഭിനയിക്കും.' റേഡിയോ നാടകത്തിൽ അഭിനയിക്കുന്ന മനോജ് മാണിയൂരാണോ' അടുക്കളയിൽനിന്ന് ഓടിവന്ന നാരായണിയമ്മ നിറഞ്ഞ് ചിരിച്ചുകൊണ്ട് ചോദിച്ചു.

'കഴിഞ്ഞയാഴ്ചത്തെ നാടകം ഞാൻ കേട്ടതാ. നെറ്റിപ്പൊട്ടൻ. അതൊരു മീനിന്റെ പേരല്ലേ മോനേ... നല്ല നാടകേനും അത്.'

ചുളിവുവീണ മുഖത്ത് നിറഞ്ഞ ചിരിയുടെ തിങ്കൾ.

ഉച്ചഭക്ഷണം വിളമ്പുന്നതിന് മുമ്പെ നിറഞ്ഞ വയറും മനസ്സുമായി

അവർ ഊണിനിരുന്നു. കപ്പ, കോഴിയിറച്ചി, പന്നിയിറച്ചി, ഓരോ ആളുടെയും പാത്രം ഒഴിയുന്നത് നോക്കി ഷീജചേച്ചി മീൻ മുറിക്കുന്നിടത്തെ പൂച്ചയെപ്പോലെ നിലയുറപ്പിച്ചു. പോകുന്നതിനുമുമ്പെ അവർ വീടിന് പുറത്തിറങ്ങി നടന്നു. തൊട്ടപ്പുറത്തെ കോളേജിന്റെ ഭാഗത്തേക്കാണ് അവർ നടന്നത്. തിരിച്ചുവരുമ്പോൾ നാലഞ്ച് സ്ത്രീകൾ അവരെ നോക്കി ചിരിച്ച് കടന്നുപോയി. അല്പസമയം കഴിഞ്ഞ് അവരിലൊരാൾ വിളിച്ചുചോദിച്ചു.

'ദേവൻമാഷുടെ അടുത്ത് വന്നതാരിക്കും അല്ലേ...നിങ്ങള് രണ്ട് കൂപ്പണെടുക്കോ. നമ്മുടെ അമ്പലത്തില് ഉത്സവാ...' അവർ തിരിഞ്ഞു നിന്നത് കണ്ട് സ്ത്രീസംഘം കൂട്ടത്തോടെ ഓടിവന്നു.

'ഒന്നാംസമ്മാനം സ്വർണ്ണമോതിരം, രണ്ടാംസമ്മാനം ഒരു ചാക്ക് അരി, എമർജൻസി, സി.എഫ്.എൽ...അങ്ങനെ പത്തു സമ്മാനങ്ങളുണ്ട്.' മറ്റൊരുവൾ ആവേശത്തോടെ പറഞ്ഞു.

'ഇതാ മൂന്ന് കൂപ്പണേ ബാക്കിയുള്ളു. നിങ്ങള് മൂന്നാളും എടുത്താ നമ്മളെ പണിയും തീരും. നിങ്ങൾക്ക് നല്ല സമ്മാനോം കിട്ടും.'

'ശരി. ഒന്നിനെത്രയാ?' സുനിലാണ് ചോദിച്ചത്.

'20 രൂപയേ ഉള്ളൂ. മുറിക്കട്ടെ.?'

'എന്നാല് മുറിച്ചോ. നിങ്ങള് വെയിലത്ത് നടക്കുന്നതല്ലേ. ദാ 60 ഉറുപ്പിക.' പ്രകാശൻ പണം നൽകി.

'നിങ്ങളുടെ ഫോൺനമ്പർ?'

'ഓ...അതിന്റെയൊന്നും ആവശ്യമില്ല പെങ്ങളേ, ഭാഗ്യമുണ്ടെങ്കിലല്ലേ...'

'അപ്പോ സ്വർണ്ണമോതിരോ ഒരു ചാക്ക് അരിയോ വന്നാലോ?'

'വന്നാലെന്താ സംശയം. അതെല്ലാം ദേവൻമാഷിന് കൊടുത്തേക്ക്.' ദേവപ്രസാദമായി അരിയാണ് ലഭിക്കുന്നതെങ്കിൽ വന്നവരെയൊക്കെ വയറ് നിറച്ചൂട്ടി വരുന്ന ഈ സ്നേഹവീട്ടിലെ അടുപ്പിലെ ചോറുകലത്തിൽ തുള്ളിച്ചാടി വെന്തു നിവരുമ്പോഴേ ഈ അരിമണികൾക്ക് സന്തോഷമാകൂ...' അയാൾ മനസ്സിൽ പറഞ്ഞു.

'ശരി. എന്നാൽ അങ്ങനെ ചെയ്യാം. ഞങ്ങള് പോട്ടെ.'

അവർ ചിരിച്ചുകൊണ്ട് പോകുന്നതിനിടെ അവൻ ചോദിച്ചു,

'എന്നാലും ഒരു പരിചയവുമില്ലാത്ത നമ്മളോട് നിങ്ങളെങ്ങിനെയാ കൂപ്പണെടുക്കാൻ ചോദിച്ചത്?'

'നിങ്ങൾ സ്നേഹവീട്ടിൽ വന്നവരല്ലെ. നല്ലവരേ ഇവിടെ വരൂന്ന് നമുക്കറിയാലോ.' ഒരുവൾ പറഞ്ഞപ്പോൾ എല്ലാവരും ഷവർ പൈപ്പിന് കീഴിലെ തണുത്ത വെള്ളത്തിലെന്നപോലെ സുഖിച്ചുകുളിച്ചു. പോകാൻ

നേരം സമ്മാനകൂപ്പൺ ഷീജചേച്ചിയെ ഏൽപ്പിച്ചപ്പോൾ 'ഓ അവര് നിങ്ങളേയും പിടിച്ചോ' എന്ന് അവർ അതിശയത്തോടെ ചോദിച്ചു.

ഒടുവിൽ നാരങ്ങ പിഴിഞ്ഞ കട്ടൻചായ കൂടി കുടിച്ചപ്പോൾ യാത്രപറച്ചിൽ പറിച്ചെടുക്കുന്ന അനുഭവമാകുമെന്നുറപ്പായി. പച്ച ടീഷർട്ടും കൈലിയുമുടുത്ത ആ ദീർഘകായൻ കാറിന്റെ ഡോറടച്ച് കൈവീശിയപ്പോൾ ഒന്നുറപ്പിച്ചു....'ഇനിയും ഇവിടെ വരണം. വരാതിരിക്കാൻ വയ്യ.'

പതുക്കെ നീങ്ങിയ കാറിനുള്ളിലിരുന്ന് സുനിലാണ് പറഞ്ഞത്.

'മയിലുകളെ കണ്ടില്ലെങ്കിലെന്താ...മയിലാട്ടത്തേക്കാൾ മനോഹരമായ ഒരു വീടും മയിലുകളേക്കാൾ ഭംഗിയുള്ള മനസ്സുകളും കണ്ടല്ലോ. അതുമതി.'

അപ്പോഴാണ് പിന്തിരിഞ്ഞുനോക്കിയ പ്രവീൺ വിളിച്ചുപറഞ്ഞത്, 'നിർത്ത് നിർത്ത്. അതാ മയിലുകൾ കൂട്ടത്തോടെ പാറിവരുന്നു. സ്നേഹവീട് ലക്ഷ്യമാക്കി പറന്നടുക്കുന്ന മയിലുകൾ തെയ്യക്കോലങ്ങൾപോലെ ഉടയാടകൾ വിരുത്തി നൃത്താരംഭത്തിനുള്ള ഒരുക്കത്തിലായിരുന്നു. കാർ നിർത്തി എല്ലാവരും ആ കാഴ്ച നിർന്നിമേഷരായി നോക്കിനിന്നു.

'ഈ ലോകത്ത് ഇങ്ങനെയുള്ളവരുമുണ്ട്. അല്ലേ മാഷേ.' എന്ന് സുനിൽ പറഞ്ഞപ്പോൾ നറുക്കെടുപ്പ് ഫലത്തിന്റെ അരിമണികൾ തുള്ളിപ്പതക്കുന്ന സ്നേഹവീട്ടിലെ അടുപ്പ് അവർ ഊതിയൂതി കത്തിക്കുകയായിരുന്നു.

(ആകാശവാണി സാഹിത്യരംഗം -2018)

പരമേശ്വരം

എഴുത്തും വായനയും കൂടുതൽ ക്രിയാത്മകമായ വഴികളിലൂടെ കടന്നുപോവുകയാണ്. അടുത്ത കാലത്തായി അധ്യാപികയായി ജോലി കിട്ടിയ ഭാര്യയക്കും ഒരു മുറി അത്യാവശ്യമായി വന്നിരിക്കുന്നു. മകൾ നൃത്തപഠനം തുടങ്ങിക്കഴിഞ്ഞു. പോരാത്തതിന് മകൻ അടുത്ത വർഷം പത്താംക്ലാസിലാവുകയാണ്. എല്ലാറ്റിനും കൂടി ഒരു ഒറ്റമൂലി മനസ്സിലൂറി വരുന്നുണ്ട്. വീടിന്റെ മുകൾനിലയുടെ പണി ഉടൻ തുടങ്ങുക, വീടെടുത്തിട്ട് പന്ത്രണ്ട് വർഷം കഴിഞ്ഞിരിക്കുന്നു. രണ്ടാംനിലയെടുക്കുമ്പോൾ സാധാരണയായി ആൾക്കാർ പറയുന്ന ചില ന്യായീകരണങ്ങൾ ഇങ്ങനെയൊക്കെയായിരിക്കും. 'ആകെ ചോർന്നൊലിച്ചിട്ട് ഒരു നിവൃത്തിയുമില്ല. ഇപ്പോഴത്തെ വാർപ്പൊന്നും ശരിയല്ല.' പക്ഷേ എന്റേത് ഒരു മുടന്തൻ ന്യായമല്ലെന്ന് മനസ്സിലായില്ലേ. ഒട്ടും മുടന്തില്ലാത്ത ഒരു ന്യായം.

അക്ഷയയിൽ കയറിയപ്പോഴാണ് കൈവശസർട്ടിഫിക്കറ്റിന് ആ ധാരത്തിന്റേയും നികുതിരശീതിന്റെയും ഒറിജിനൽതന്നെ വേണമെന്നറിഞ്ഞത്. വില്ലേജാഫീസിൽച്ചെന്ന് നികുതി അടച്ചശേഷം പ്ലാ നും എസ്റ്റിമേറ്റും തയ്യാറാക്കുന്ന സുഹൃത്തിന്റെ 'രാജശില്പി' യിൽ കയറി ധൃതിയിൽ ഊടുവഴി ഗോവണി ഇറങ്ങുമ്പോഴാണ് പ്രദീപനെ കണ്ടത്.

'ഹല്ലോ...ഏട്യ്യാ ഇങ്ങനെ ഓട്ന്ന്...ഒന്ന് നിക്കെഡോ. നിന്നെ കാണാൻ കിട്ട്ന്നില്ലല്ലോ...നാട്ടിലാന്ന് പറഞ്ഞിട്ടെന്താ കാര്യം?'

'നിന്നെയല്ലേ കാണാത്തത്, ഞാനിവിടെത്തന്നെയില്ലേ.'

പത്താംക്ലാസുവരെ തന്റെ കൂടെ പഠിച്ച സുഹൃത്താണ് പ്രദീപൻ. ശിവപുരം ഹൈസ്കൂളിലെ പ്യൂൺ ഗോവിന്ദേട്ടന്റെ മകൻ. ഒരേ നാട്ടുകാരായിട്ടും തമ്മിൽ കാണാറേയില്ല. കുറേക്കാലം ഗൾഫിലായിരുന്ന അവൻ പുതിയ വീടിന്റെ നിർമ്മാണത്തിലാണെന്ന് അറിഞ്ഞിരുന്നു.

'അല്ലാ നിന്റെ വീടിന്റെ പണി എന്തായി?'

'ഓ അതോ ഞാൻ കമ്പ്ലീഷൻ പ്ലാൻ വാങ്ങാൻ വന്നതാ. എടുത്തെടുത്ത് വലുതായിപ്പോയെഡോ...ആ പിന്നെ നീ വിവരമറിഞ്ഞോ നമ്മളെ പരമേശ്വരൻമാഷ് മരിച്ചുപോയി. ഞാൻ ഫെയ്സ് ബുക്കിലിട്ടിനേനും.'

'ഓ...അതെയോ...ഞാൻ നോക്കീട്ടില്ല.'

'എപ്പഴാ സംഭവം?'

'ഇന്ന് രാവിലെയാ.'

'കഴിഞ്ഞാ....ഇല്ലപ്പാ ബാംഗ്ലൂർന്ന് ബന്ധുക്കള് വരാന്ണ്ടെന്നാ പറഞ്ഞത്. ആറുമണിക്കെടുക്കും.'

വാച്ചിലേക്ക് നോക്കി. 4.30. സമയമുണ്ട്. ശിവപുരം ഹൈസ്കൂളിൽ എട്ടിലും ഒൻപതിലും തന്നെ സാമൂഹ്യപാഠമെന്ന ഇഷ്ടവിഷയം പഠിപ്പിച്ച പരമേശ്വരൻമാഷ് മരിച്ചിരിക്കുന്നു. അധ്യാപകരോടുള്ള ഇഷ്ടം വിഷയത്തോടും സമൂഹത്തോടുമായി വളരുകയായിരുന്നു. പുഞ്ചിരിയായിരുന്നു മാഷുടെ മുഖമുദ്ര. ഇത്ര മനോഹരമായി പുഞ്ചിരിക്കുന്ന മറ്റൊരാളെ ഞാനിതുവരെ കണ്ടിട്ടില്ല. ലക്ഷണമൊത്ത തികഞ്ഞ ബ്രാഹ്മണൻ. മികച്ച അധ്യാപകൻ, എല്ലായ്പ്പോഴും പ്രസന്നതയുടെ സൂര്യകാന്തി വിടർത്തുന്ന വട്ടമുഖം. നിരയൊത്ത പല്ലുകൾ, കറുത്ത കട്ടിയുള്ള കണ്ണട. അലക്കിത്തേച്ച അൺബ്ലീച്ച് മുണ്ടും ഷർട്ടും ധരിച്ച് ശിവപുരത്തുകാരുടെ നെഞ്ചകങ്ങളിലൂടെ നടന്നുപോയ മാഷ് കാലയവനികയ്ക്കുള്ളിൽ മറഞ്ഞിരിക്കുന്നു. ആയിരക്കണക്കിന് ശിഷ്യരുള്ള മാഷുടെ ഭൗതികശരീരം കണ്ട് അന്തിമോപചാരം അർപ്പിക്കണം.

അല്ലാ മാഷ് അമ്പലത്തില് ശാന്തിയല്ലേന്നാ...സൂക്കേടെന്തെങ്കിലും?

'എന്ത് സൂക്കേട്...ശാന്തിപ്പണി മൂന്നുമാസായി നിർത്തീറ്റ്. അറ്റാക്കാന്നാ തോന്ന്ന്നത്. പുലർച്ചയ്ക്ക് മൂത്രമൊഴിക്കാൻ പുറത്തിറങ്ങിയേരാ സംഭവം.'

'നിന്നെ കണ്ടത് നന്നായി. അല്ലെങ്കില് ചെലപ്പോ നാളെ പത്രത്തിന് കാണുമ്പളേ അറിയേനും. അപ്പോ ശരി കാണാം.'

ശിവപുരത്തേക്കുള്ള ബൈക്ക് യാത്രക്കിടയിൽ മാഷുടെ ജീവിതം കടൽത്തീരത്ത് കാലിൽ തൊട്ടുഴിയുന്ന തിരമാലകൾപോലെ മനസ്സിനെ വന്ന് പൊതിഞ്ഞുകൊണ്ടിരുന്നു.

അവിവാഹിതനായ മാഷുടെ മരണം ഒരു കണക്കിന് നന്നായി. ഒരു ദിവസം കിടന്നുപോയിരുന്നെങ്കിലോ...നോക്കാൻ ആവശ്യമുള്ളവരുടെ കാര്യം പോലും കഷ്ടമായ ഇക്കാലത്ത് മാഷുടേത് സുഖമരണംതന്നെ. ബാഗ് വീട്ടിൽവെച്ച് ഒരു ഗ്ലാസ് വെള്ളവും കുടിച്ച് യാത്ര തുടർന്നു. വഴിക്ക് വെച്ച് പ്യൂൺ കുഞ്ഞികൃഷ്ണേട്ടനെ ബൈക്കിൽ കയറ്റി.

'ഞാനിപ്പഴേ അറിഞ്ഞുള്ളൂ...നിങ്ങള് അവിടേക്കാണോ?' അയാളോട് ഞാനാണ് ചോദിച്ചത്.

'ഞാൻ രാവിലെയേ ഉണ്ടേനും. ഉച്ചയ്ക്കുശേഷം സ്കൂളിന് അവധി കൊടുത്തിന്. അങ്ങനത്തെ മാഷെല്ലാം ഇനിയുണ്ടാവ്വോ.' അയാൾ ഉച്ചത്തിൽ ചോദിച്ചു.

'അതു ശരിയാ...മാഷക്ക് ശാന്തിപ്പണി ഇല്ലേർന്നാ..അതെന്താ നിർത്തിക്കളഞ്ഞത്?'

'അതോ അമ്പലം ദേവസ്വംബോർഡ് ഏറ്റെടുത്തേരം ഒരു പ്രശ്നം ഉണ്ടായി. അതിനും ശമ്പളം ഉണ്ടല്ലോ. പെൻഷനും ശമ്പളോം ഒന്നിച്ച് ഒപ്പിട്ട് വാങ്ങാൻ പറ്റൂലല്ലോ. അങ്ങനെയായപ്പോ മാഷ് തന്നെയാ വേറെയൊരാളെയാക്കിയത്?'

'ഒരാള്ടെ പണി ഞാനെന്തിനാപ്പാ ഇല്ലാണ്ടാക്ക്ന്നെന്നാ മാഷ് ചോദിച്ചത്.'

സ്കൂൾ സേവനത്തിനുശേഷം നാട്ടുകാരുടെ നിർബന്ധംകൊണ്ട് ഏറ്റെടുക്കേണ്ടിവന്ന ജോലിയിൽനിന്ന് പെട്ടെന്ന് വിരമിക്കേണ്ടിവന്നത് മാഷിന് മനോവിഷമമുണ്ടാക്കിയിട്ടുണ്ടാവണം. സർവ്വവും ദേവനിൽ സമർപ്പിച്ച അമ്പലവാസിയായ ഒരാൾക്ക് മനഃക്ലേശമുണ്ടാവാൻ ഇതിൽപ്പരമെന്ത് വേണം?

സ്കൂൾ വിട്ടശേഷം ആദ്യമായി മാഷെ കണ്ടത് 25 വർഷത്തിനു ശേഷമാണ്. കഴിഞ്ഞ വർഷത്തെ മഹാവിഷുനാൾ. സഹധർമ്മിണിക്കൊരു മോഹം, ശിവപുരം ശിവക്ഷേത്രത്തിൽ പോയി കണി കാണണം. തുളച്ചുകയറുന്ന തണുപ്പിന്റെ വാൾമുനമൂർച്ചയിൽ പിടഞ്ഞ് കുടുംബസമേതം പുലർച്ചെ അഞ്ചുമണിക്ക് ക്ഷേത്രത്തിലേക്ക് പുറപ്പെട്ടു. അധികം ആളുകളൊന്നുമില്ല. ടിപ്പുസുൽത്താന്റെ പടയോട്ടത്തിൽ തകർന്ന് തരിപ്പണമായ ക്ഷേത്രാവശിഷ്ടങ്ങൾക്കിടയിലൂടെ അമ്പലമുറ്റത്തേക്ക് പ്രവേശിച്ചു. ദീപനാളങ്ങൾ തീർക്കുന്ന സ്വർണ്ണവർണ്ണദീപ്തിയുടെ നിറവിൽ കാർഷികോത്സവത്തിന്റെ ഫലകാഴ്ചകളുടെ നിറകണി കൺവെട്ടത്ത് പുഞ്ചിരി പൊഴിച്ചു. ശ്രീകോവിൽ ചുറ്റിവന്നപ്പോൾ ശാന്തിക്കാരൻ ഓരോ ആൾക്കും വിഷുക്കൈനീട്ടം നൽകുകയാണ്. തൊഴുതതിനുശേഷം അയാളിലേക്ക് ശ്രദ്ധ തിരിഞ്ഞു. കൽവിളക്കുകളുടേയും നിറതിരികളുടെയും നടുവിൽ അപൂർവ്വശോഭയുള്ള ആ സൂര്യമുഖം ഞാൻ തിരിച്ചറിഞ്ഞു. പരമേശ്വരൻമാഷ്...എല്ലാവരോടുമെന്നപോലെ എന്നോടും പുഞ്ചിരിച്ച് കൈനീട്ടം തന്നു. അഞ്ച് രൂപയുടെ മഞ്ഞനിറമുള്ള പുത്തൻ നാണയം.

'മാഷേ എന്നെ മനസ്സിലായോ?'

'ഇല്ലാലോ...പറഞ്ഞാലറിയാം.'

'ഞാൻ ഉത്തമൻ. വീട് കാഞ്ഞിലേരീലാ. മാഷെന്നെ പഠിപ്പിച്ചിട്ടുണ്ട്. ഇതെന്റെ ഭാര്യയും മക്കളും.'

'അപ്പോ ജോലി?'

'മാഷേ, ഞാനിപ്പോ എക്സൈസ് ഇൻസ്പെക്ടറാ. ഒന്ന് രണ്ട് പു

സ്തകൊക്കെ എഴുതീട്ടുണ്ട്.'

'ഓഹോ നന്നായി. കണ്ടതിൽ സന്തോഷം. ഇനിയും വരണം. ഞാനിവിടത്തന്നെയുണ്ടാവും.'

നിറപ്പുത്തരിച്ചോറ് പോലുള്ള പുഞ്ചിരി പൊഴിച്ചുകൊണ്ട് മാഷ് ഞങ്ങളെ അനുഗ്രഹിച്ചു.

'മാഷേ ഇവിടെ വലിയ ഒരു കുളമുണ്ടെന്ന് കേട്ടിരുന്നല്ലോ. അതെവിടെയാ?'

'കുറച്ചപ്രത്താ. ഇപ്പോ പോകാൻ പറ്റൂല. വഴി ശരിയല്ല. ഒരുദിവസം വൈകിട്ട് നേരത്തോടെ വാ. അപ്പോ കാണാം.'

ചുമലൊന്ന് കുലുക്കി നടുവിന് കൈകൊടുത്തുകൊണ്ട് മാഷ് പറഞ്ഞു.

'ശരി മാഷേ.'

'മോനും മോളും എത്രേലാ പഠിക്കുന്നത്.'

'മോൻ എട്ടിലും മോള് മൂന്നിലും.'

തിരിച്ചിറങ്ങുമ്പോൾ ഭാര്യ പറഞ്ഞു. 'ഏട്ടാ അടുത്ത കൊല്ലവും ഇവിടെത്തന്നെ വരണം, വിഷുക്കണിയേക്കാൾ എനിക്കിഷ്ടായത് നിങ്ങടെ മാഷ്ടെ പുഞ്ചിരിയാ. എന്തൊരു തേജസ്സാ ആ മുഖത്ത്.'

'അതെ അച്ഛാ. അമ്മ പറഞ്ഞത് ശരിയാ.'

കുഞ്ഞുമോളുടെ പിന്തുണയോടെ ഭേദഗതികളില്ലാതെ ആ പ്രമേയം ഐകകണ്ഠേന പാസ്സായി.

ആഗ്രഹിച്ചതുപോലെ ഈ വർഷവും പരമേശ്വരസവിധത്തിലായിരുന്നു വിഷുക്കണി. അന്ന് മടങ്ങിയത് അടുത്ത വിഷുവിന് കാണാമെന്ന പ്രതീക്ഷയിലായിരുന്നു. പക്ഷേ...

സ്കൂളിനടുത്ത് മാഷ്ക്ക് ഒരു പറമ്പുണ്ടായിരുന്നു. വിലകൊടുത്തെടുത്തതാണ്. എന്നും സ്കൂൾ വിട്ടശേഷം മാഷ് പറമ്പിലെത്തും. നേരമിരുട്ടുംവരെ അവിടെ കഴിയും. ചെറിയ കല്ലുകൾ അട്ടിയാക്കി പെറുക്കിവച്ച് അതിമനോഹരമായി കെട്ടിയുയർത്തിയ കല്ല് കയ്യാലയായിരുന്നു പറമ്പിന്റെ പ്രത്യേകത. നിരവധി തട്ടുകളിലായി തെങ്ങ്, വാഴ, കുരുമുളക്, ചേമ്പ്, ഇഞ്ചി, ചേന എന്നിവ കൃഷി ചെയ്തിരുന്നു. 'കാക്കകിട്ട'നെന്ന് വിളിക്കുന്ന ഒരാളായിരുന്നു പണിയൊക്കെ ചെയ്തിരുന്നത്. കറുകറുത്ത കൃഷ്ണൻ ചിരിക്കുന്നത് കണ്ടാൽ കാക്ക തേങ്ങാപ്പൂള് കടിച്ചുപിടിച്ചതുപോലെയുണ്ടാവുമെന്ന് നാട്ടുകാർ കളിയാക്കിയിരുന്നു. സന്തതസഹചാരിയായ കൃഷ്ണൻ മരിച്ചതിനുശേഷം മാഷും ആ പറമ്പ് ഉപേക്ഷിച്ച മട്ടാണ്. നടുവിന് കൈയും കൊടുത്ത് നിറഞ്ഞ് ചിരിച്ച് വഴിപോക്കരോട് കുശലം പറയുന്ന പരമേശ്വരൻ മാഷ് കിട്ടനെപ്പോലൊരാളെ

കിട്ടാഞ്ഞതിനാലാവണം പറമ്പിലെ പണിയൊക്കെ നിർത്തിക്കളഞ്ഞത്.

സ്ഥലത്തെത്തിയപ്പോൾ അധികം ആളുകളൊന്നുമില്ലെന്ന് വാഹന ക്കുറവിൽനിന്ന് ഊഹിച്ചത് ശരിയായി. മിക്കവരും വന്ന് പോയിക്കാണും. തൊട്ടപ്പുറത്താണ് സഹപ്രവർത്തകനായിരുന്ന കെ.പി.കെ മാസ്റ്ററുടെ വീട്. ഒരുദിവസം എല്ലാവരേയും ഞെട്ടിച്ച് കടന്നുപോയതാണ് മാഷ്. അവരുടെ സഹപ്രവർത്തനം മരണത്തിലും ആവർത്തിച്ചപ്പോൾ എല്ലാ വരും അതിശയിച്ചു. 100 ശതമാനം വിജയം എന്നെഴുതി പേനയെടുക്കു മ്പോഴും എഴുതി അവസാനിക്കുന്നത് വെറും പൂജ്യത്തിലാണെന്ന് ജീ വിതസമസ്യകളെ വിലയിരുത്തി ഓർമ്മിച്ചുകൊണ്ടിരുന്ന ദാർശിനികനും വാഗ്മിയുമായ കെ.പി.കെ മാഷ്. ആ വലിയ പൂജ്യത്തിന്റെ വായവട്ട ത്തിലേക്ക് പരമേശ്വരൻമാഷും.

മഴയിൽ കുതിർന്ന ദിവസത്തിന്റെ ശേഷപത്രത്തിൽ അവശേഷി ച്ച ചെളിയും വെള്ളവും കൂട്ടിക്കുഴഞ്ഞ വഴുവഴുപ്പിന്റെ അച്ചിൾവഴികളിലൂ ടെ വീട്ടിലേക്ക്. വാഹനചക്രങ്ങളും കാൽപാദങ്ങളും ചവിട്ടിമെതിച്ച് ഇ ടുങ്ങിയ വഴിയിലെ പച്ചപ്പുൽനാമ്പുകളുടെ കണ്ണുകളിലെ ദൈന്യത അ വരെ ചവുട്ടിയരച്ചവരുടെ എണ്ണത്തെ എണ്ണുന്നുണ്ട്. മുറ്റത്തെത്തിയപ്പോൾ സഹപ്രവർത്തകരായിരുന്ന ദാമോദരൻമാസ്റ്റർ, വല്യപട്ടേരിയെന്ന ഭട്ടതി രിമാസ്റ്റർ, കേശവൻമാസ്റ്റർ, വിജയൻമാസ്റ്റർ എന്നിവർ ഭൂതകാലം അയ വിറക്കുകയാണ്. അവരോടൊന്ന് ചിരിച്ച് അകത്തേക്ക് കയറി. എല്ലാം അപരിചിതമുഖങ്ങൾ മാത്രം. ടൈൽസിട്ട തറയിൽ നിലവിളക്കുകൾക്ക് നടുവിൽ മാഷ് കിടക്കുന്നു. നിറഞ്ഞ പുഞ്ചിരിയുടെ ഉടൽരൂപമായി പറ ഞ്ഞുവിട്ട മാഷിനെ പുഞ്ചിരിയില്ലാതെ ആദ്യമായി കാണുകയാണ്. പക്ഷേ, അവതാരദൗത്യം നിർവ്വഹിച്ച ഒരു സംതൃപ്തി മുഖത്ത് തെളി ഞ്ഞുകാണാം. എന്നും പുഞ്ചിരിക്കുന്നവന്റെ മുഖത്ത്നിന്നും ആ പുഞ്ചി രി പറിച്ചെടുക്കുന്ന ആ നിത്യതയുടെ ശാന്തിമുഖമാണ് മരണമെന്ന പുതു പാഠം എനിക്കിന്ന് സ്വന്തം.

അല്പനേരം നിന്നപ്പോൾ ഒന്ന് കാൽതൊട്ട് വന്ദിക്കണമെന്ന് തോന്നി. അരികിലേക്ക് നീങ്ങിയപ്പോൾ ആരോ പിടിച്ചുവലിക്കുന്നത്പോലെ. ആരെ ങ്കിലും പുരികക്കൊടി ഉയർത്തിയാലോ? ആരാണിവൻ? മകനോളം പ്രായ മുള്ള അജ്ഞാതനായ ഒരാൾ കാൽതൊട്ടു വന്ദിക്കുമ്പോൾ സംശയമു ണ്ടാവുന്നത് സ്വാഭാവികം. വേണ്ട നമസ്കാരം മനസ്സിൽ മതി. അധ്യാപ ക സംഘത്തിനടുത്തെത്തിയപ്പോൾ ദാമോദരൻമാഷാണ് ഇരിക്കാൻ പ റഞ്ഞത്. സ്വാമിവിവേകാനന്ദന്റെ മുഖഗാംഭീര്യവും തേജസ്സും കളിയാ ടുന്ന രസികശിരോമമിയും സ്റ്റാഫ് സെക്രട്ടറിയുമായിരുന്ന ദാമോദരൻ മാഷ് ഏവർക്കും പ്രിയങ്കരനാണ്.

കുശലാന്വേഷണത്തിന് ശേഷം ഭട്ടതിരിമാഷോട് പ്രത്യേകമായി ചിരിച്ചു. ഏകമകന്റെ തിരോധാനദുഃഖം ചവച്ചിറക്കുന്ന മാഷോട് മകന്റെ കാര്യം തിരക്കണമെന്നുണ്ടായിരുന്നു. പക്ഷേ, എങ്ങനെ ചോദിക്കും, ശിവപുരം ഹൈസ്കൂളിൽ ഒതുങ്ങിപോയതിനാൽ മാത്രം ചുരുങ്ങിപ്പോയ വ്യക്തിത്വത്തിനുടമ പ്രഭാഷകൻ, വിദ്യാഭ്യാസ വിചക്ഷണൻ, പരിഷത്ത് നേതാവ്, പൊതുപ്രവർത്തകൻ...അനുജനായ ചെറിയ പട്ടേരിമാഷെയും സ്കൂൾ വിട്ടശേഷം കണ്ടിട്ടില്ല. അക്കാലത്ത് എല്ലാ മാഷന്മാർക്കും ഇരട്ടപ്പേരുണ്ടായിരുന്നു. ആ പേരുകളൊക്കെ കുറിക്ക്കൊള്ളുന്നതുമായിരുന്നു. പരമേശ്വരൻമാഷ് മാത്രമായിരുന്നു അതിന് അപവാദം. പ്രത്യേക ചേഷ്ടകളോ മുഴച്ചുനിൽക്കുന്ന രീതികളോ ഇല്ലാത്തതായിരിക്കും കാരണം. എങ്കിലും 'പുഞ്ചിരി'യെന്ന് പേര് നൽകാമായിരുന്നു. ഇനി കുഴിപ്പുറത്തേക്ക്...

സംസ്കാരച്ചടങ്ങുകൾക്ക് വേണ്ടി കുഴിയെടുക്കുന്ന നാട്ടുകാരെ കാണണം. സാമൂഹ്യപ്രവർത്തകനായിരുന്ന അച്ഛൻ പകർന്നുതന്ന വലിയ സാമൂഹ്യപാഠമായിരുന്നു അത്.

ശിവക്ഷേത്രത്തിന് തൊട്ടുപിറകിലുള്ള വിശാലമായ പറമ്പ്. കാട് സർവ്വപ്രതാപങ്ങളോടെ അതിന്റെ ഉൾക്കനം വ്യാപിപ്പിക്കുകയാണ്. പെരുമ്പാമ്പിനെപ്പോലുള്ള വള്ളിപ്പടർപ്പുകളും വള്ളിയൂഞ്ഞാലുകളും ചുറ്റിപ്പിണഞ്ഞ് കിടക്കുന്ന കൊടുംകാട്. സൂര്യപ്രകാശമേൽക്കാത്ത മണ്ണ്. പറമ്പിന്റെ അങ്ങേത്തലയ്ക്കാണ് ശ്മശാനം. കുഴിയൊക്കെ ശരിയാക്കി നാട്ടുകാർ വർത്തമാനം പറയുകയാണ്. എന്നെക്കണ്ടപ്പോൾ വിഷ്ണുവാണ് വിളിച്ചുപറഞ്ഞത്.

'ഹലോ കാഞ്ഞിലേരി'.

ഒരാളുടെ സ്ഥലപ്പേര് വിളിപ്പേരായി പരിണമിക്കുന്നത് ഏറെ സന്തോഷകരമാണ്. അതയാൾക്ക് കിട്ടുന്ന ഏറ്റവും വിലപിടിപ്പുള്ള ജനകീയാംഗീകാരമാണ്. അവന് കൈകൊടുത്ത് മുന്നോട്ട് നടന്നപ്പോൾ മുന്നിൽ കൃഷ്ണേട്ടൻ. ഗ്രാമീൺ ബാങ്കിൽ ഉദ്യോഗസ്ഥനായ തെയ്യം കലാകാരനും ഗായകനും നാടകനടനുമായ കൃഷ്ണേട്ടൻ.

കൃശഗാത്രനായ കൃഷ്ണേട്ടന്റെ ശരീരത്തെ പ്രായം വളച്ചൊടിച്ചിട്ടുണ്ടെങ്കിലും കൈക്കും മുഖത്തുമുള്ള ചർമ്മരോഗമാണ് കൃഷ്ണേട്ടനെ കലാരംഗത്തുനിന്ന് പിൻവലിച്ചത്.

എന്നെ കണ്ടപ്പോൾ ഹൃദ്യമായി ചിരിച്ചുകൊണ്ട് ചോദിച്ചു.

'വൈകിയാണറിഞ്ഞത് അല്ലേ? നിങ്ങളിത് കണ്ടോ, ഈ പറമ്പിന്റെ പ്രത്യേകത?'

'എന്താ കൃഷ്ണേട്ടാ...കൊടുങ്കാട് തന്നെ അല്ലേ?'

'അതല്ലാ നിങ്ങളാ മുള കണ്ടോ, പറമ്പില് നിറച്ചും.'

'ഓ...അത്...എന്താ അതിന്റെ പ്രത്യേകത?'

'നിങ്ങളിങ്ങോട്ട് വരുമ്പം മുറ്റത്ത് മുളകൊണ്ട് ഏണിപോലെയൊന്ന് കെട്ടിവെച്ചിട്ട് കണ്ടിട്ടില്ലേ...'

'ആ കണ്ടിന്...അത്?'

'അതിൽ കിടത്തിയാണ് ശവസംസ്കാര ചടങ്ങുകൾ നടത്തുക. ഇവർ ബ്രാഹ്മണരാണല്ലോ...ഒന്നിനും മറ്റുള്ളവരോട് ചോദിക്കുന്നത് ഇവരുടെ രീതിയല്ല. കുടുംബാംഗങ്ങളുടെ മരണശേഷം ഉപയോഗിക്കേണ്ട മുളയാണീ പറമ്പ് നിറയെ.'

'ഓ അതുശരി...എന്തൊരു ദീർഘവീക്ഷണം അല്ലേ കൃഷ്ണേട്ടാ. അല്ലാ എങ്ങനെയായിരുന്നു മാഷുടെ അന്ത്യം?'

'രാവിലെത്തന്നെ മൂത്രമൊഴിക്കാൻ എണീറ്റതാ. അന്നേരമൊരു തലചുറ്റൽ. കൈയിൽ ടോർച്ചും പിടിച്ച് നടുവിന് കൈയും കൊടുത്ത് ചുമരുചാരി സമാധിപോലെ ഒരു നിൽപ്പ്. അത്രതന്നെ.'

'എല്ലാരും എത്തിയോ?'

'ആരാപ്പാ അധികം വരാനുള്ളത്, ബന്ധുക്കളധികം ഇല്ലല്ലോ. ബാംഗ്ലൂർന്ന് അനിയന്റെ മക്കളെ കാത്തതാ. അവരും വന്നെന്ന് തോന്ന്ന്ന്.'

അപ്പോഴേക്കും റീത്തുകളുമായി നാട്ടുകാരിൽ ഒരാളെത്തി കുഴിക്കരികിലെ തേക്ക് മരം ചാരി വെച്ചുതുടങ്ങി.

ഇത് ശവസംസ്കാരചടങ്ങുകളുടെ മുന്നൊരുക്കമാണ്.

'അകത്തെ ചടങ്ങ് തുടങ്ങിയെന്ന് തോന്നുന്നു. ബാ പോയി നോക്കാം. നിങ്ങൾക്ക് എഴുതാനെന്തെങ്കിലും കിട്ടിയാലോ.'

കൃഷ്ണേട്ടൻ ക്ഷണിച്ചു.

കരിയിലകൾ ചവുട്ടിമെതിച്ച് ശ്മശാനഭൂമിയിലൂടെ നടക്കുമ്പോൾ കരിവെള്ളം തികട്ടി വന്ന് കാൽപ്പാദങ്ങളിൽ തെറിച്ചുകൊണ്ടിരുന്നു. കാലുകളിൽ അതിന്റെ ചൊറിച്ചിൽ തുടങ്ങിക്കഴിഞ്ഞു. കുഴിക്കരികിൽ വേണുവേട്ടന്റെ നേതൃത്വത്തിൽ നാട്ടുകാർ സജീവമാണ്. എല്ലാവരും പൂർവ്വവിദ്യാർത്ഥികൾ. മികച്ച ഇലക്ട്രിസിറ്റിവർക്കറുടെ അ വാർഡ് നേടിയ അനീഷ് ഇരുൾക്കയത്തിൽ വൈദ്യുതി പ്രസരിപ്പിക്കാനുള്ള ശ്രമത്തിലാണ്. ഇവിടെ മുളങ്കാടുകൾ തണല് തീർക്കുന്ന ശിവക്ഷേത്രവളപ്പിന് പിറകിൽ പരമേശ്വരൻമാഷിന് നിത്യനിദ്ര. എ ന്നും ഭഗവാനെ സേവിച്ചാരാധിച്ച ഭക്തശിരോമണിക്ക് ഇതിൽപ്പരം എന്ത് മോക്ഷമാർഗ്ഗം.

'കൃഷ്ണേട്ടാ...ചടങ്ങ് തീരണമെങ്കിൽ വൈകുമെന്ന് തോന്നുന്നു. എനിക്ക് അത്യാവശ്യമായി ടൗണിൽ പോകണം. ഞാനങ്ങോട്ട്....'

'ഓ എന്നാലങ്ങനെയാവട്ടെ.'

ശിവപുരം അങ്ങാടി കഴിഞ്ഞുകാണും, എതിരെ ഒരു പോലീസ് ജീപ്പ് വരികയാണ്. അതെ, ഡ്രൈവർ നിർത്താൻ കൈ കാണിക്കുന്നുണ്ട്. ഹെൽമെറ്റിട്ടിട്ടില്ല. അത് കണ്ണാടിക്കുറ്റിയിൽ വെച്ചിരിക്കുകയാണ്. ബൈക്ക് നിർത്തി ചിരിച്ചുകൊണ്ട് എസ്.ഐയുടെ അടുത്തെത്തി. 'എവിടെ കടലാസുകൾ' എന്ന അർത്ഥത്തിൽ അയാൾ കൈകൾ നീട്ടി.

'സാർ, എന്റെ വീടിവിടെ അടുത്താ...അതോണ്ട്..'

'അതോണ്ടെന്താ...ഹെൽമറ്റ് വെക്കേണ്ടാന്ന്ണ്ടാ...അതും ഉണ്ടായിട്ട്. എടോ തലപൊട്ടി ചത്ത് പോവ്വടോ...ആ നിന്റെ അഡ്രസ് പറ.'

എസ്.ഐ പൊട്ടിത്തെറിച്ചപ്പോൾ ജാള്യതയുടെ കൈവിരൽകൊണ്ട് തലചൊറിഞ്ഞ് പറഞ്ഞു. 'സർ, ഞാനാ പരമേശ്വരൻമാഷ് മരിച്ചതറിഞ്ഞിട്ട് കാണാൻ പോയതാ.'

'ഛെ...ഇനിയെന്താ ഇവനോട് പറയ്വാ...എടോ മാഷ് എന്നെയും പഠിപ്പിച്ചതാ. മാഷെ കാണാൻ പോയിട്ട്വരുമ്പോ പിഴയീടാക്കിയാല് ഞാൻ പിന്നെ വെറും പോലീസായിപ്പോവൂലേ. അല്ലെടോ.'

എസ്.ഐ ഡ്രൈവറെ നോക്കി പറഞ്ഞു. 'ആ എന്നാ വിട്ടോ.....'

'ആ പിന്നേ...എപ്പോഴും പരമേശ്വരൻമാഷ് കൂടെയുണ്ടാവൂലാ. ഇന്നത്തോടെ അതും കഴിഞ്ഞില്ലേ.'

എസ്.ഐ ഇതു പറഞ്ഞപ്പോൾ പരമേശ്വരൻമാഷ് എന്റെയുള്ളിൽ നിറപുഞ്ചിരി പൊഴിക്കുകയായിരുന്നു. സൗജന്യങ്ങളുടെ പിറകെ ബാധ്യതയുടെ പ്രേതാവേശമുണ്ടാകുമെന്നറിഞ്ഞിട്ടല്ല, മരിച്ചുപോയ പരമേശ്വരൻമാഷുടെ പേരിലുള്ള സൗജന്യമാണിത്. പ്രേതാവേശമുണ്ടാവില്ലെന്നുറപ്പ്.

എസ്.ഐ പിടിച്ചവനെ സാകൂതം നോക്കിക്കൊണ്ടിരിക്കുന്നവരുടെ മുഖത്ത് നോക്കി ഒരു 'പരമേശ്വരപ്പുഞ്ചിരി' പൊഴിച്ചുകൊണ്ട് ഞാൻ ബൈക്ക് സ്റ്റാർട്ട് ചെയ്തു.

(ആകാശവാണി സാഹിത്യരംഗം 2017)

ആയുസ്സിന്റെ പാലവും കടന്ന്

വാടകവീടിന് മുന്നിൽ അലസമായി നീർത്തുകെട്ടിയ നീല പ്ലാസ്റ്റിക് ഷീറ്റിന്റെ തുളകളിലൂടെ അരിച്ചിറങ്ങുന്ന സൂര്യപ്രകാശം നീലയും മഞ്ഞയും കലർന്ന വിഷപ്പാടപോലെ അവിടം പരന്നുതുടങ്ങി. വിഷദംശനത്തിന്റെ സാധ്യതകൾ തേടി വിഷപ്പല്ലുകൾ വീടിന്റെ മുക്കിലും മൂലയിലും പതുങ്ങിനിന്ന് അവസരകാഴ്ചകൾക്കായി കൺപാർത്തുകൊണ്ടിരുന്നു.

അകത്തെ കട്ടിലിൽ മലർന്നുകിടക്കുന്ന മകളെ താങ്ങിപ്പിടിച്ചിരുത്തി ചായ കൊടുത്തശേഷം സുജാത അടുക്കളയിലേക്ക് പോയി. അവിടെയാണ് ചെറുമകനെ ഇരുത്തിയിരിക്കുന്നത്. കളിപ്പാട്ടങ്ങൾക്കു പകരമായി നൽകിയ കളിപ്പാട്ടകൾക്ക് നടുവിൽ അവൻ സന്തോഷവാനാണ്. വിലയുള്ള കളിപ്പാട്ടങ്ങളുമായി പടി കയറി വരേണ്ട അച്ഛനെ അവൻ മറന്നുതുടങ്ങിയിരിക്കുന്നു. കുട്ടികളങ്ങനെയാണ്. കണ്ടോണ്ടിരുന്നില്ലെങ്കിൽ എളുപ്പം മറക്കും. നിത്യരോഗിയെന്നു പറഞ്ഞ് ഭർത്താവിന്റെ വീട്ടുകാർ മകളേയും കുഞ്ഞിനേയും ഇവിടം കൊണ്ടുവിട്ടിട്ട് മാസങ്ങളേറെയായി. ആദ്യമൊക്കെ അന്വേഷണവും ഫോൺവിളിയുമുണ്ടായിരുന്നു. ഇപ്പോഴത് തീരെ നിലച്ച മട്ടാണ്. യഥാർത്ഥ സ്നേഹത്തിന്റെ ഉരകല്ലാണ് ജീവിതത്തിലെ പ്രതികൂല കാലാവസ്ഥകൾ എന്നു പറഞ്ഞത് ഷേക്സ്പിയറാണെന്ന് തോന്നുന്നു.

ചോറ് വെന്തുകാണും. അതിനി ഊറ്റിയെടുക്കണം. കഞ്ഞിക്കലം വടിച്ചെടുത്ത് അടുപ്പിൽനിന്നും ചോറ് വാങ്ങിയെടുത്തപ്പോൾ അല്പം പൊള്ളി. നീറ്റൽ കാര്യമാക്കാതെ ആവിയൂതിയൂതി പറത്തിക്കൊണ്ട് ചോറ് കലം കഞ്ഞിക്കലത്തിലേക്ക് കമിഴ്ത്തി പതുക്കെ നടു നീർത്തു. ആദ്യമൊക്കെ കയ്യൽക്കണ കുത്തിനിർത്തണമായിരുന്നു. അടച്ചൂറ്റിക്കൊരു മുൻതുണ. നിത്യാഭ്യാസമായപ്പോൾ അതിന്റെ ആവശ്യമില്ലാതായി. അപ്പോഴേക്കും കളിപ്പാട്ടങ്ങൾ തല്ലിത്തെറിപ്പിച്ച് ചെറുമോൻ ശുണ്ഠിക്കാരനായി മാറിയിരുന്നു. ഇനി കറി കാലം പോലെ.

മുറ്റത്തിറങ്ങി ചെറുമോനെ തോളത്തിട്ട് പുറത്ത് തട്ടിയുറക്കുന്നതിനിടയിൽ സുജാത ഗതകാലസ്മരണകളുടെ പടവുകളിറങ്ങിപ്പോയി. ഒരിക്കൽ പൂച്ചെടികൾ വച്ചുപിടിപ്പിക്കുന്നതിനിടയിൽ അദ്ദേഹം പറഞ്ഞ

ത് അവളുടെ കാതിൽ വന്നലച്ചു.

'എടോ ചെടി നടാൻ വാഴ കളയുന്നവർ സ്ത്രീകളും വാഴ നടാൻ ചെടി കളയുന്നവർ പുരുഷന്മാരുമായിരിക്കും.'

ആദ്യം കത്തിയില്ലെങ്കിലും വാക്കിന്റെ പൊരുൾ കടലാസ് പാമ്പിനെപ്പോലെ ചുരുൾ നീർത്തിയപ്പോൾ വാക്കത്തിയുമായി ഭർത്താവിന്റെ പിന്നാലെ ഓടി വഴക്കിട്ടത് ഈ തൊടിയിലൂടെയായിരുന്നു. ഇന്നിപ്പോൾ പൂച്ചെടിയെന്നല്ല ജീവനുള്ള ഒന്നും ചുറ്റുമില്ലാതായിരിക്കുന്നു.

പച്ച പുൽനാമ്പുകൾക്കുപോലും ഒരു നീലിച്ച മഞ്ഞളിപ്പ്. മഹാളി രോഗത്തിന്റെ വലക്കൈയിലെന്നപോലെ...

ഭർത്താവിന്റെ അകാലത്തിലെ അപകടമരണം ആന ചവുട്ടിയതുപോലെ തന്റെ ജീവിതോദ്യാനം ചവുട്ടിയരച്ചതാണ്. കരളുറപ്പിന്റെ പാവാടച്ചരട് മുറുക്കികെട്ടി അവൾ മകനേയും മകളെയും പഠിപ്പിച്ചു. മകളെ വിവാഹം ചെയ്തയച്ചു. മകന് സർക്കാർ ഉദ്യോഗമൊന്നുമായില്ലെങ്കിലും തിരക്കുള്ള ഒരു വയർമേനായി പേരെടുത്ത് ജീവിതത്തിന്റെ ആഴക്കടലിൽ തുഴയെറിഞ്ഞുതുടങ്ങി...അടുക്കുമ്പോൾ അകലുകയാണെന്ന് തോന്നിച്ച കര ക്രമേണ തന്നോടടുക്കുകയാണെന്ന് അവൾ ഉറച്ചു വിശ്വസിച്ചു.

പതിവ് ചെക്കപ്പിനായി മകളെയും കൊണ്ട് ഡോക്ടറുടെ അടുത്തെത്തിയ സുജാതയോട് അയാൾ പറഞ്ഞു, 'മകളെ കുറേക്കാലമായില്ലേ നോക്കാൻ തുടങ്ങിയിട്ട്...ഇനിയിങ്ങനെ ചികിത്സിച്ചിട്ട് കാര്യമൊന്നുമില്ല. ഓപ്പറേഷൻതന്നെ വേണ്ടിവരും. കഴിയുമെങ്കിൽ വേഗംതന്നെ.'

'അതിപ്പോ നമ്മുടെ അവസ്ഥ ഡോക്ടർക്കറിയില്ലേ, എന്റെ പൊന്നുമോൻ ഒറ്റത്തടി വേണം എല്ലാറ്റിനും.'

'അതൊക്കെ എനിക്കറിയാലോ.പക്ഷെ ഓപ്പറേഷന് കുറഞ്ഞത് 5 ലക്ഷമെങ്കിലും വേണ്ടിവരും.'

സുജാത സാരിത്തലപ്പ് നീട്ടിയും കുറുക്കിയും പിടിച്ച് വലിച്ചുകൊണ്ട് നിശ്ചയദാർഢ്യത്തോടെ പറഞ്ഞു.

'അതൊക്കെ എങ്ങിനെയെങ്കിലും ഉണ്ടാക്കാം ഡോക്ടറേ. എനിക്ക് എന്റെ മോള് ജീവിച്ചിരുന്നാൽ മതി.'

'പ്രശ്നം അവിടെ തീരുന്നില്ല, സുജാതാ, മോളുടെ രണ്ട് വൃക്കയും പോയിട്ടാണുള്ളത്. അതാരെങ്കിലും നൽകണം. അടുത്ത ബന്ധുക്കളിലാരെങ്കിലും. എങ്കിലേ ഓപ്പറേഷൻ നടക്കൂ.'

ഡോക്ടർ അറുത്ത് മുറിച്ച് വിധി പ്രസ്താവിച്ചു.

കസേരക്കയ്യിൽ മുറുകെ പിടിച്ചുകൊണ്ടെഴുന്നേറ്റ സുജാത പ്രതികൂട്ടിലെന്നവണ്ണം തല താഴ്ത്തി പറഞ്ഞു.

'എന്റെ മോനും ഞാനുമല്ലാതെ മറ്റാരാ ഞങ്ങൾക്കുള്ളത്. അത്... അത് ഞാൻ തരാം ഡോക്ടറേ...എന്റെ മോള് ജീവിച്ചിരുന്നാ മതി.'

'എങ്കിൽ പിന്നെ വേഗം കാശുണ്ടാക്കിക്കോ. നമുക്കത് നടത്തിക്കളയാം.'

ചെറുചിരിയോടെ ഡോക്ടറത് പറഞ്ഞപ്പോൾ ജയിലിൽനിന്നിറങ്ങിയ തടവുപുള്ളിയെപ്പോലെ സുജാത ആശ്വസിച്ചു.

രാത്രിയിൽ ജോലികഴിഞ്ഞുള്ള മകന്റെ വരവും കാത്ത് ആ അമ്മ ഇറയത്തെ തൂണിൽ ചാരിയിരുന്ന് ഓർമ്മകളിലേക്ക് ഊളിയിട്ടു. സ്ഥിരമായുള്ള ആ ഇരിപ്പിന്റെ അവശേഷിപ്പായി വെളിച്ചെണ്ണയും ചേറും തീർത്ത മെഴുക്ക് പാട് തൂണിൽ കരിമഷിച്ചിത്രമായി വേറിട്ട് കാണാമായിരുന്നു.

'അമ്മേ...അമ്മേ.ഇതെന്തായിങ്ങനെ ആലോചിച്ചിരിക്കുന്നത്? ഇറയത്തെ ലൈറ്റൊന്നും ഇടാതെ.'

'മോനെപ്പോഴാ വന്നത്. ഞാനെന്തൊക്കെയോ ഓർത്തുപോയി. വേഗം പോയി കുളിച്ച് വാ.'

കുളികഴിഞ്ഞ് പത്രവായനക്കിരുന്ന മകന്റെ അടുത്ത് ചെന്നിരുന്ന് വികാരവിക്ഷോഭമില്ലാതെ അമ്മ കാര്യങ്ങൾ വിശദീകരിച്ചു.

'അതൊക്കെ നമുക്കുണ്ടാക്കാമമ്മേ. പക്ഷേ, അമ്മയുടെ വൃക്ക. അതാണെന്റെ വിഷമം. അമ്മയ്ക്കെന്തെങ്കിലും സംഭവിച്ചാൽ....'

മകൻ എഴുന്നേറ്റ് പോയപ്പോൾ പത്രക്കടലാസിലെ കറുമ്പൻ അക്ഷരങ്ങളിൽ ഇറ്റുവീണ മൂന്ന് നാല് മിഴിനീർ വട്ടങ്ങൾ ആ അമ്മ കണ്ടെടുത്തു. പിന്നീടങ്ങോട്ട് ഉറക്കമൊഴിഞ്ഞ രാവുകളും എല്ലുമുറിഞ്ഞ പകലുകളുമായി ഏറെനാൾ കടന്നുപോയി.

ഒരുദിവസം മകന്റെ സുഹൃത്താണതറിയിച്ചത്.

'അമ്മേ...അമ്മേ സജുവിന് പണിസ്ഥലത്ത്ന്ന് സുഖമില്ലാതായിട്ട് ആശുപത്രിയിലാണുള്ളത്. നമുക്കങ്ങോട്ടു പോകാം.'

അവന്റെ ഓട്ടോയിൽ ആശുപത്രിയിലെത്തിയപ്പോൾ നാടുമുഴുവൻ അവിടെയുണ്ടായിരുന്നു. പൊട്ടിക്കരഞ്ഞ് മകനെ കാണണമെന്ന് വാശിപിടിച്ച ആ അമ്മയ്ക്ക് വെന്റിലേറ്ററിന്റെ വട്ടക്കണ്ണിലൂടെ പച്ച പുതച്ചുകിടക്കുന്ന മകനെ ഒരുനോക്ക് കാണാനേ കഴിഞ്ഞുള്ളൂ.

തന്നെ കാണാനെത്തിയ ആ അമ്മയോട് എന്തു പറയണമെന്നറിയാതെ ഡോക്ടർ കുഴങ്ങി.

'പണിസ്ഥലത്ത്ന്ന് രക്തം ഛർദ്ദിച്ചിട്ടാ ഇവിടെ കൊണ്ടന്നത്. മകന്റെ കരൾ വളരെ വീക്കാ. അത് മാറ്റിവെക്കണം. അതും ആരെങ്കിലും കൊ

ടുക്കേണ്ടിവരും.'

വീണ്ടും താൻ പ്രതികൂട്ടിലും ഡോക്ടർ വിധിക്കസേരയിലും.

ഇല്ല ഇല്ല...ഇവിടെയും ഞാൻ പതറില്ല. തോൽക്കില്ല. കസേരക്കയ്യിൽ മുറുകെപ്പിടിച്ച് സുജാത മനസ്സിൽ പറഞ്ഞു.

'എന്റെ മോന് കരള് കൊടുക്കാൻ ഞാൻ തയ്യാറാ. രണ്ടും ഞാൻ കൊടുത്താലും ഞാൻ ജീവിച്ചിരിക്കേരിക്കും അല്ലേ ഡോക്ടറേ.' ഇതും പറഞ്ഞ് ഡോക്ടറുടെ മുഖത്ത് നോക്കിയ ആ മുഖത്ത് മിന്നിമറഞ്ഞ ഭാവസാഗരം വായിച്ചെടുക്കാൻ ഡോക്ടർക്ക് കഴിഞ്ഞില്ല.

'ഓ അതൊക്കെ കൊടുക്കാം. ഒരു കുഴപ്പവും വരില്ല.' ഡോക്ടർ അവരുടെ മുഖത്ത് നോക്കാതെ പറഞ്ഞു.

'ആദ്യം മകന് കരൾ കൊടുക്കണം. അതുകഴിഞ്ഞ് മകൾക്ക് വൃക്ക. മകൻ ബാക്കിയായാൽ ഞാനില്ലെങ്കിലും....'

ഒരുതുള്ളി കണ്ണുനീർപോലും തൂവാതെ സുജാത പറഞ്ഞുനിർത്തുമ്പോൾ ഡോക്ടർ ക്യാബിനിലെ പച്ചകർട്ടനിൽ അമർത്തിപ്പിടിച്ച് കണ്ണടയൂരി കണ്ണ് തുടക്കുകയായിരുന്നു.

പത്രമാധ്യമങ്ങൾ മുഖേന കദനകഥയറിഞ്ഞ സുമനസ്സുകളുടെ സഹായത്തോടെ രണ്ട് ഓപ്പറേഷനും വിജയകരമായി നടന്നു. മാസങ്ങൾക്കുശേഷം ആശുപത്രി വിട്ട അവർ ഒരുദിവസം കൂമന്തോടിൽ വന്നിറങ്ങി. തൂക്കുപാലം നടന്നുകയറിയാലേ അപ്പുറത്തുള്ള അവരുടെ വാടകവീട്ടിലെത്താൻ കഴിയൂ. ഈ തൂക്കുപാലം എന്തുകൊണ്ടായിരിക്കും മാറ്റാത്തത്? മാറ്റിയാലും ഇല്ലെങ്കിലും ജീവിതത്തിന്റെ തൂക്കുപാലം കടക്കാതെ ആർക്കും അക്കരെയെത്താൻ കഴിയില്ലല്ലോ. ഇരുകരകളേയും കുത്തിയിളക്കി ഒറ്റയാനെപ്പോലെ കുതിച്ചുവരുന്ന കൂമന്തോടിന് കുറുകെയുള്ള മരപ്പാലത്തിന്റെ പലകകൾ മുഴുവൻ ദ്രവിച്ചുതുടങ്ങിയിരുന്നു. അവയുടെ കരച്ചിൽ ആർത്തനാദത്തിന്റെ വക്കോളമെത്തിയിട്ടുണ്ട്. ബലക്ഷയത്തിന്റെ ഉറകുത്തി തുളകൾ വീണ മുളയാണിയുടെ കൈത്താങ്ങിൽ മുറുകെ പിടിച്ച് ആ അമ്മ മകളേയും മകനേയും പാലത്തിലൂടെ നടത്തിച്ചു.

'മക്കളേ അക്കരെയെത്തിയാൽ നിങ്ങൾ രണ്ടാളും രക്ഷപ്പെടും. പതുക്കെ ശ്രദ്ധിച്ച് നടന്നാൽ മതി. വീഴ്ത്താൻ പലരും ശ്രമിച്ചെന്നിരിക്കും.'

സായന്തന ചോപ്പിന്റെ വർണ്ണജാലം കളമെഴുതിയ ആകാശക്യാൻവാസിലേക്ക് പക്ഷിക്കൂട്ടങ്ങൾ ജ്യാമിതീയരൂപങ്ങൾ വരച്ചുകൊണ്ട് പറന്നുപോയപ്പോൾ അകലെയുള്ള കൊച്ചുകൂരകളിൽ വെളിച്ചപ്പൊടിപ്പിന്റെ മേനിയഴക് കണ്ടുതുടങ്ങി.

'മക്കളേ ഇതേതാണ് പാലം എന്നറിയോ നിങ്ങൾക്ക്?'

'അതെന്താമ്മേ അങ്ങനെ ചോദിച്ചത്...ഇത് നമ്മുടെ കൂമന്തോട് പാലം അല്ലേ?' അമ്മയുടെ അരക്കെട്ടിൽ ചുറ്റിപ്പിടിച്ച് നടക്കുന്ന മകളാണ് പറഞ്ഞത്.

'ചേച്ചീ അമ്മ നമ്മളെ പരീക്ഷിക്കയല്ലേ. ഓപ്പറേഷൻ കഴിഞ്ഞിട്ട് എല്ലാം ശരിയായോന്നറിയാൻ...വടി കുത്തിനടക്കുന്ന മകൻ അമ്മയുടെ ചുമലിൽ അമർത്തിപ്പിടിച്ചാണത് പറഞ്ഞത്.

'അതല്ല മക്കളേ, ഇതാണ് ആയുസ്സിന്റെ പാലം. ഇത് കടന്നുകഴിഞ്ഞാൽ നിങ്ങൾ മുമ്പോട്ടും ഞാൻ പുറകോട്ടും ആണ് നടക്കാ. ഒരമ്മക്ക് ഇതിലപ്പുറമെന്താ ചെയ്യാൻ പറ്റാ. ഇതിൽപ്പരം എന്ത് സന്തോ ഷാ ഒരമ്മക്ക് കിട്ടാനുള്ളത്?'

ജീവന്റെ ഓരോ ബിന്ദുവിൽനിന്നും ഉറവപൊട്ടി തടപൊട്ടിയൊഴുകുന്ന വികാരവിക്ഷോഭത്തോടെ അവർ ഒന്നടങ്കം കെട്ടിപ്പിടിച്ച് തൂക്കുപാലത്തിന്റെ മധ്യത്തിൽ ഒരു ചലച്ചിത്രാന്ത്യത്തിലെന്നപോലെ നിലയുറപ്പിച്ചപ്പോൾ കൂമന്തോട്ടിലെ വൃക്ഷക്കൊമ്പുകളിൽ ചേക്കേറിയ കൂമന്മാർ കൗതുകക്കാഴ്ചയുടെ രസചഷകം വായിലേക്ക് കമിഴ്ത്തുകയായിരുന്നു. അമ്മക്കിളിയുടെ ചിറകിന്റെ ചൂടേറ്റ് ആ മക്കൾ ക്രമേണ ഗോളാകൃതിയിൽ ചുരുണ്ട് ഗർഭപാത്രത്തിലേക്ക് തിരികെ യാത്ര തുടങ്ങിക്കഴിഞ്ഞിരുന്നു.

(ആകാശവാണി സാഹിത്യരംഗം 2018)

പരിചിതമായ ഒരു ചിരി

'ഇത് ആരോഗ്യവകുപ്പ് അഡീഷണൽ സെക്രട്ടറിയും സാമൂഹ്യ ക്ഷേമ വകുപ്പ് സെക്രട്ടറിയും ഒപ്പിട്ട ഉത്തരവാണ്. നമ്മൾ രണ്ട് വകുപ്പുകാരും ചേർന്ന് പൂർത്തീകരിക്കേണ്ട സെൻസസാണിത്. ഒരു സമൂഹം പരിഷ്കൃതമാണെന്ന് പറയുന്നത് വേദനിക്കുന്നവന്റെ കൂടെ നിൽക്കുമ്പോഴാണ്. അങ്ങനെയുള്ള അംഗപരിമിതരെ കണ്ടെത്താനാണ് ഈ സർവ്വെ. എല്ലാവർക്കും പിടിപ്പത് ജോലിയുണ്ടെന്നും മഴക്കാലമാണെന്നും അറിയാം. പക്ഷെ എന്തു ചെയ്യാം. നമ്മുടെ മുമ്പിൽ കുറച്ച് ദിവസങ്ങളേ ഉള്ളൂ.'

'പക്ഷേ, ദിവസങ്ങൾ കുറച്ച കാര്യമൊന്നും ഗസറ്റിൽ കണ്ടില്ലല്ലോ മാഡം.'

പുറകിൽനിന്നുള്ള ഒരു രസികന്റെ ചോദ്യം ഫാനിന്റെ ശബ്ദത്തിൽ വേദിയിലേക്കെത്തിയില്ലെങ്കിലും വെള്ളത്തിൽ കല്ലിട്ടാലെന്നവണ്ണം ആ തരംഗവട്ടത്തിനുള്ളിൽ ചിരി പടർത്തി.

'പകർച്ചവ്യാധികൾ പടർന്നുപിടിച്ചുകൊണ്ടിരിക്കുന്ന ഇക്കാലത്ത് എങ്ങനെയാണിത് നടക്കുക'

മുന്നിലിരുന്ന ഗൗരവക്കാരനായ ഒരു പരിശീലനാർത്ഥി ചോദ്യസായകമയച്ചു.

'അതാണ് ഞാൻ പറഞ്ഞത്. നമ്മുടെ അംഗനവാടി ടീച്ചർമാർ അംഗപരിമിതരായവരെ ഒന്നാംഘട്ട സർവ്വേയിൽ കണ്ടെത്തിയിട്ടുണ്ട്. അവർ യഥാർത്ഥത്തിൽ അർഹതയുള്ളവരാണോയെന്നാണ് നിങ്ങൾ നോക്കേണ്ടത്. ഒരു വാർഡിൽ കുറച്ച് വീടുകളേ വരൂ. 20 ദിവസമാണ് ഇതിനായി അനുവദിച്ചിട്ടുള്ളത്.

'20 ദിവസം കൊണ്ട് നടക്കൂല മാഡം, നമ്മക്ക് വേറെന്തൊക്കെ പണിയുണ്ടെന്നറിയ്യോ...MCTS, HMIS' ഒരുവൾ കടുംവെട്ടാണ് വെട്ടിയത്.

'ഓർഡറിൽ ഒരുകാര്യം പ്രത്യേകം പറഞ്ഞിട്ടുണ്ട്. നിങ്ങളുടെ റൂട്ടിൻ വർക്ക് സഫർചെയ്യാതെ വേണം ഇത് ചെയ്യാൻ.' മാഡം അവളെ കണ്ണുകളാൽ ഗളഛേദം നടത്തി എല്ലാവരോടുമായി പറഞ്ഞു.

പിന്നീട് അവിടെ ഒരു പൊട്ടിത്തെറിയാണുണ്ടായത്. പരിശീലനം അലങ്കോലമാകുമെന്ന് വന്നപ്പോൾ മാഡം വീണ്ടും മൈക്കെടുത്തു. 'നിങ്ങൾ

ക്ക് സംശയമുണ്ടെങ്കിലിതാ ഉത്തരവിന്റെ കോപ്പി. പറ്റാത്തവർ എഴുതി തന്നേക്ക്. ഞാനത് ബന്ധപ്പെട്ടവർക്ക് കൊടുത്തോളാം.'

പ്രകോപിതരായ പരിശീലനാർത്ഥികളുടെ കോപാവേശത്തിന്റെ കതിനവെടിക്ക് തിരി കൊളുത്തിയ മാഡത്തിന്റെ പ്രസ്താവന പിൻവലിക്കണമെന്ന് ആവശ്യമുയർന്നു.

'നിങ്ങളെന്താ അംഗൻവാടി ടീച്ചർമാരെക്കാളും കഷ്ടമാണല്ലോ...ഇങ്ങനെയുമുണ്ടോ ആൾക്കാര്?'

മാഡം കോപച്ചൂട്ട് ആളിക്കത്തിച്ച് പറഞ്ഞു.

'അപ്പോൾ നിങ്ങളുടെ ഡിപ്പാർട്ട്മെന്റിലെ അംഗൻവാടി ടീച്ചർമാർ മോശക്കാരാണെന്ന് നിങ്ങൾ സമ്മതിക്കുകയാണല്ലോ മാഡം. ഏതായാലും ഞങ്ങൾക്ക് ആ അഭിപ്രായമില്ല.'

സുഹൃത്ത് മർമ്മസ്ഥാനത്ത് ആണിയടിച്ച് പറഞ്ഞപ്പോൾ മാഡം ചുരുട്ടിക്കൂട്ടിയ പേപ്പർപോലെ ചുളുങ്ങി. അവരുടെ കോപച്ചൂട്ട് പൊടുന്നനെ വെള്ളമൊഴിച്ചതുപോലെ അണഞ്ഞുപോയി. പതിവുപോലെ ഉച്ചഭക്ഷണശേഷം പലരേയും കണ്ടില്ല. കുറച്ചുപേർ മാത്രമാണ് കൂടിയിരിപ്പിനായി ഉണ്ടായിരുന്നത്.

രാവിലെ തന്നെ സെൻസസിനുള്ള കൈപ്പുസ്തകം, നിയമന ഉത്തരവ്, ഒന്നാംഘട്ട ഫോമുകൾ, രണ്ടാംഘട്ടഫോമുകൾ, ഫീൽഡ് ഡയറി, ടിഫിൻബോക്സ്, എന്നിവ കുത്തിനിറച്ച് പൂർണ്ണഗർഭിണി എന്നു തോന്നിക്കുന്ന ബാഗുമായി ഗോപൻ ബൈക്ക് സ്റ്റാർട്ട് ചെയ്തു. തനിക്കറിയാവുന്ന വാർഡായതുകൊണ്ട് കുഴപ്പമില്ല. സ്കൂളിൽ പഠിക്കുന്ന കാലത്ത് തന്റെ സഹപാഠികളിൽ പലരും ആ പ്രദേശത്തുകാരായിരുന്നു. നാനാജാതി ദൈവങ്ങൾ കാവലിരിക്കുന്ന തേക്ക്മരങ്ങൾ നിറഞ്ഞ് നിവർന്ന് നിൽക്കുന്ന 'തേവരുടെകാട്' ദേവർകാടായി മാറുകയായിരുന്നു. ഒരു നഗരസഭയിലെ വാർഡിന് യോജിക്കാത്ത പേരാണതെന്ന് തോന്നിയിരുന്നു. പക്ഷേ, ഇത് 'ദേവർകാട്' തന്നെ.

ചെറുപ്പത്തിൽ യൗവനതീക്ഷ്ണമായ നാളുകളിൽ നക്ഷത്രാങ്കിത ശുഭ്രപതാകയുടെ പിറകിൽ അണിനിരന്ന് ആവേശത്തോടെ മുദ്രാവാക്യം വിളിച്ചുനടന്നു നീങ്ങിയ വയൽവരമ്പുകളിലൂടെ ആദ്യത്തെ വീട് തേടി അയാൾ നടന്നു. മുഖത്ത് തെളിനീലാകാശപ്രകാശവുമായി പൂപ്പുഞ്ചിരി പൊഴിച്ച് ഏവരെയും സ്വീകരിക്കുന്ന അംഗൻവാടി ടീച്ചർ പറഞ്ഞതനുസരിച്ചാണ് യാത്ര. 'വയലിന്റെ കരേലാണ് ആദ്യത്തെ വീട്. പിന്നെ അതിന്റെ ചുറ്റിലും തന്നെ കൊറേ വീടുണ്ട്.' അകാലവൈധവ്യത്തിന്റെ നീറ്റൽ കുട്ടികളുടെ കളിയിലും ചിരിയിലും അലിയിച്ചുതീർക്കുന്ന ടീച്ചർ

പറഞ്ഞു.

അയാൾ റോഡരുകിൽ ബൈക്ക് നിർത്തി. ബാഗ് ചുമലിലേറ്റി നടന്നുതുടങ്ങി. റോഡിന്റെ ഇരുഭാഗത്തുമായി പച്ചപരവതാനി വിരിച്ചതുപോലെ വിശാലമായ വയൽ. അവിടവിടെയായി വീടുകൾ വയലിലേക്ക് കാലെടുത്തുവെച്ചിട്ടുണ്ട്. ദൂരെ കുന്നുകളുടെ ഹൃദയം തുരന്നുള്ള നിർമ്മാണപ്രവൃത്തികൾ കാണാം. പ്രകൃതിയുടെ കുടൽമാലകൾ വലിച്ചു പുറത്തിട്ടതുപോലെ കുന്നുകളിൽ മണ്ണെടുപ്പിന്റെ തുരങ്കവിസ്തൃതി തെളിഞ്ഞുകാണുന്നു. വിമാനത്താവളത്തിനുള്ള ഭൂമി നിരപ്പാക്കൽ ത്വരിതഗതിയിൽ നടക്കുന്നതും കാഴ്ചവട്ടത്ത് തന്നെയുണ്ട്. ഈർച്ചവാൾ മൂർച്ചകളുടെ മുരൾച്ച കുന്നുകളുടെ ദീനരോദനമായി അയാൾക്ക് അനുഭവപ്പെട്ടു. ഇനിയെന്നാണ് തങ്ങളുടെ വിധി നിർണ്ണയിക്കപ്പെടുന്നതെന്നറിയാതെ ഉഴറുന്ന വയലുകളുടെ ഉത്കണ്ഠ വയൽമുഖത്ത് പ്രകടമാണ്. വികസനക്കുതിപ്പിന്റെ ശരവേഗത്തിൽ ഇവയെല്ലാം മണ്ണിട്ട് നികത്തി കോൺക്രീറ്റ് കെട്ടിടങ്ങൾ ഉയർന്ന് വരാം. അനുബന്ധ വികസന സാധ്യതകൾ ഭൂമിയുടെ മാർവിടമധുരത്തിന്റെ ഉറവക്കണ്ണിലും കൈവെക്കുമോ?

സൂചനകളനുസരിച്ച് ആദ്യം കാണുന്ന വീട്ടിൽ ചോദിക്കാമെന്ന് കരുതി. ചിറയോടടുത്ത് വയൽ നികത്തിയെടുത്തുള്ള ചെറിയ ഓടിട്ട വീടാണ്. മിനുസക്കത്തികളോ വെള്ള വീശലിന്റെ തൂവൽസ്പർശമോ തൊട്ടുതലോടാത്ത വീടിന്റെ ഇറയത്ത് ഒരാൾ ഇരിക്കുന്നുണ്ട്. പിറകുവശത്ത് കൂടി മുന്നിലെത്തിയപ്പോൾ അയാൾ ചിരിച്ചുകൊണ്ട് ചോദിച്ചു.

'എന്തേനും?'

'ഞാൻ ആരോഗ്യവകുപ്പ്ന്ന് വർന്നതാ. ഹെൽത്ത് ഇൻസ്പെക്ടറാ. ഇവിടെ ജാനകിയമ്മയുടെ വീടേതാ?'

'ജാനകിയമ്മയാ...ആ അതീന്റെ പിറകിലാ...എന്തിനേനും?'

'ഞാനീ വികലാംഗരായ ആള്ടെ കണക്കെടുക്കാൻ വന്നതാ.'

'അയിന് ആടെയാരും ഇല്ലല്ലോ...ഓറെല്ലാം ജോറല്ലേ. നമ്മളല്ലേ ഇങ്ങനെയായിപ്പോയത്.'

'അതിന് നിങ്ങൾക്കെന്താ പറ്റിയത്?'

അതുപറഞ്ഞശേഷമാണ് അയാളെ സൂക്ഷിച്ചുനോക്കിയത്. കാലുകൾ രണ്ടും കറുത്ത് കരുവാളിച്ച് മുളി വന്ന് മൂടിയിരിക്കുന്നു. പെരുമ്പാമ്പിന്റെ ചെതുമ്പൽപോലെ. വളർന്നിറങ്ങിയ താടിരോമങ്ങൾക്കിടയിൽ വെള്ളിക്കമ്പികൾ തുറിച്ചുനോക്കുന്നു. അവശതയിലാണ്ട കണ്ണുകൾ. ദാരിദ്ര്യത്തിന്റെ ദ്രുതതാളം കൊട്ടിക്കയറുന്ന വീടും പരിസരവും.

'ഓ അതില്ലേ ഞാൻ തെങ്ങ്മ്മ്ന്ന് വീണതാ. മൂന്ന് കൊല്ലായി. രണ്ട് കൊല്ലത്തോളം കെടപ്പിലേനും, ഇതാ ഇപ്പോ ഇത് കൊണ്ട് നടക്കാം.'

കട്ടിലിനിരികിൽ ചാരിവെച്ച ക്രച്ചസ് നോക്കി അയാൾ പറഞ്ഞു.

'അല്ലാ, നിങ്ങള്ടെ കാലെന്താ ഇങ്ങനെ?'

'ഓ അതോ, കുറേക്കാലായി ഏസീല് കിടന്നേന്റെയാന്നാ ഡോക്ടറ് പറഞ്ഞത്. തെങ്ങ്മ്മില് കയറണ്ടോൻ ഏസീല് കെടന്നാല് ഇങ്ങനെ ആ വ്വേരിക്കും അല്ലേ.'

അയാൾ ചിരിച്ചുകൊണ്ട് ചോദിച്ചു.

'അപ്പോപ്പിന്നെ നിങ്ങളെ പേര് ഇതിലുണ്ടാവ്വല്ലോ. നോക്കട്ടെ. പേര് എന്തേനും.

'രാമദാസൻ. അത് ശരിയാ. അംഗൻവാടി ടീച്ചറ് വന്നിറ്റ് എല്ലാം എഴു തിക്കൊണ്ടേയിനേനും.'

'ഓ ഇതിലുണ്ട്. നാലാമത്തേതാ. ഏതായാലും ഞാൻ വന്ന് കേറിയ വീട് കറക്ടായി അല്ലേ. ഇവിടുന്ന് തന്നെ തുടങ്ങിക്കളയാം.'

പൂരിപ്പിക്കാനുള്ള ഒന്നാംഫോറം വലിച്ചെടുക്കുന്നതിനിടയിൽ അയാളെ ഒന്നുകൂടി നോക്കി. ആ ചിരി എവിടെയോ കണ്ടുമറന്നതാണല്ലോ. ടീച്ചർ കണ്ടെത്തിയ ആൾ അർഹനാണെന്നുറപ്പിച്ച ശേഷം ഒന്നാം ഫോറത്തിൽ 'y' എന്ന് രേഖപ്പെടുത്തി. ക്ലിപ് ബോർഡിൽ നിന്ന് രണ്ടാംഫോറം വലി ച്ചെടുത്ത് ചോദിച്ചു.

'ആരൊക്കെയാ ഇവിടുള്ളത്?'

'എല്ലാ ഒന്നിങ്ങ് വെരറോ. ഒരാള് വന്നിറ്റ് കണ്ടിറ്റില്ലേ...നീയെന്താ ആട്ന്ന് മലമറിക്ക്ന്ന്.....'

'ആ ബെര്ന്നപ്പാ...ഞാൻ തേച്ച് വടിക്കലൊ...ചീനച്ചട്ടിക്കരിയും കൊ ണ്ടെങ്ങനെയാ ബരാ...ബേഗം വെരാ.' ഒരു സ്ത്രീശബ്ദം കാത് പിളർന്ന് കടന്നുപോയി. നെറ്റിയിൽ കൈതുടച്ചുകൊണ്ട് ദൈന്യതയുടെ ഉടൽ രൂപമായ അയാളുടെ ഭാര്യ ഇറയത്തേക്ക് കടന്നുവന്നു.

'നീയാ റേഷൻകാർഡിങ്ങെടുത്താട്ടേ.'

ഇതുകേട്ട് അകത്തേക്ക് നടന്നുതുടങ്ങിയ അവരോട് ഗോപൻ വിളി ച്ചുപറഞ്ഞു, 'കൂട്ടത്തിൽ ആരോഗ്യഇൻഷുറൻസ് കാർഡും ആധാർകാർ ഡും പിന്നെ ഇലക്ഷൻകാർഡും എടുത്തോ. എല്ലാം വേണ്ടിവരും.'

'എഡോ, അതെല്ലാം ആ പ്ലാസ്റ്റിക്കിന്റെ പേക്കില്ണ്ട്.' അയാൾ ആവേ ശത്തോടെയാണ് പറഞ്ഞത്.

ഭാര്യ എടുത്തുകൊണ്ടുവന്ന പ്ലാസ്റ്റിക്ക് കവറിന്റെ ബട്ടൻ തുറന്ന പ്പോൾ ആദ്യം പുറത്തുചാടിയത് എ.കെ.ജി. പിന്നാലെ ഇ.എം.എസ്സും

നായനാരും. എല്ലാവരും പുഞ്ചിരിക്കുന്നു. എകെജി മന്ദഹസിക്കുകയാണ്. പിന്നെ കുറെ സമ്മേളനപ്രതിനിധി ബാഡ്ജുകൾ. ഇന്നും വിലപ്പെട്ട നിധിയായി അയാൾ സൂക്ഷിക്കുന്ന കടലാസുകളുടെ കൂട്ടത്തിൽ തന്റെ രാഷ്ട്രീയവിശ്വാസത്തിന്റെ പ്രമാണപത്രങ്ങളായി സ്വന്തം പേരെഴുതിയ ബാഡ്ജുകൾ.

'ഓ...എല്ലാവരുമുണ്ടല്ലോ...പിന്നെന്താ ദാസന് വേണ്ടത്?'

'അവര് തന്നെയാ സാറെ ഉള്ളിലും പുറത്തും.' അയാൾ ഹൃദ്യമായി ചിരിച്ചുകൊണ്ട് പറഞ്ഞു.

'ഇയാളുടെ ചിരി തന്നെ വല്ലാതെ പിടിച്ചുവലിക്കുന്നുണ്ടല്ലോ. ഓർത്തിട്ട് ഒരു പിടിയും കിട്ടുന്നില്ല.

വാർഡ്നമ്പറും വീട്ടുനമ്പറും ചേർത്തശേഷം ചോദ്യാവലിയിലെ അടുത്ത ചോദ്യത്തിലേക്ക് കടന്നു.

'നിങ്ങളെ പ്രതിമാസ ചെലവെത്ര വരും?'

എന്യുമറേറ്ററുടെ സമയം അപഹരിക്കുന്ന അനാവശ്യമായ ചോദ്യം.

'ചെലവറിഞ്ഞിട്ടെന്താ, നിങ്ങള് തര്വോ' എന്ന മൂർച്ചയുള്ള ചോദ്യത്തിന് ചാലുകീറുന്ന ഏർപ്പാട് ഇനിയെന്നാണാവോ അധികാരികൾ നിർത്തുക?

ഗോപൻ ആത്മഗതം ചെയ്തു.

'അതിപ്പോ എങ്ങനെയാ പറയ്വാ സാറേ, നമ്മള് രണ്ടുമക്കളും അച്ഛനും അമ്മയും എങ്ങനെയെല്ലോ കഴിഞ്ഞ് കൂടുന്ന്. പ്രധാനായിട്ട് നാട്ടുകാരുടെ സഹായാ. ഇവൾക്കാണെങ്കില് പണിക്ക് പോകാൻ കയ്യൂല. മക്കള് രണ്ടാളും പഠിക്ക്ന്ന്. എന്റെ പാർട്ടീന്റെ സഹായംകൊണ്ട് ചാവാണ്ട് കഴിഞ്ഞ് കൂടുന്ന്.'

'അപ്പോ ദാസൻ പാർട്ടി മെമ്പറായിരുന്നോ?'

'പിന്നെല്ലാണ്ട് തെങ്ങ്ന്ന് വീഴുന്നവരെ പാർട്ടീന്റെ എല്ലാ പരിപാടിക്കും ഞാൻ പോയിനേനും. എല്ലാ ജാഥയിലുണ്ടാവും. കാൽനടജാഥ. അതാണ് എനിക്ക് കൂടുതലിഷ്ടം. കൊറെ നടന്നാല് ഏതെങ്കിലും സ്ഥലത്ത്ന്ന് ഏലക്കായിട്ട വെല്ലക്കാപ്പിയും അവിലും മിക്സചറും കിട്ടും. പിന്നേം നടന്നാല് ഉപ്പിട്ട നാരങ്ങാവെള്ളം. ഉച്ചയായാല് കഞ്ഞിയും പുയിക്കും. സഖാക്കളെല്ലാം കൂടിയിരുന്ന് പ്ലാവില കോട്ടീറ്റ് കഞ്ഞിയും പുയിക്കും കുടിക്കുമ്പോഴുള്ള ഒരു സുഖം. എന്തൊരു രസായിരുന്നു ആ പാർട്ടിക്കാലം. ഇപ്പോ എല്ലാം മാറീലേ. എവിടേം പോകാൻ കയ്യാണ്ടായി. ദേശാഭിമാനി ഉള്ളോണ്ട് നാട്ടിലെ കാര്യങ്ങളെല്ലാം അറിയാൻ കഴിയ്ന്ന്ണ്ട്. അത് തന്നെ ഭാഗ്യം.'

'അതെ. എല്ലാം തെളിഞ്ഞ് വരുന്നു. യൗവനകാലത്ത് വിപ്ലവനാളുകളിൽ നാടിളക്കി മുദ്രാവാക്യം വിളിച്ച് ചോരയിൽ പടർന്നുകയറിയ പ്രസ്ഥാനത്തിന്റെ കാൽനാടജാഥകളിലെ നിത്യസാന്നിദ്ധ്യം. എന്നും കാളം ചുമലിൽ വെച്ച് തന്റെ കൂടെ എത്രയോ ജാഥകളിൽ അണമുറിയാതെ ഒഴുകിനീങ്ങിയ രാമദാസനെന്ന ദാസൻ. തന്റെ അതേ പ്രായം. കാലം അവനിൽ കോറിയിട്ട മുഖക്കുറികളും വരകളും വിചിത്രംതന്നെ.

'എന്നെ മനസ്സിലായോ ദാസന്. ഞാൻ മണക്കായിലെ പവിത്രൻമാഷുടെ അളിയൻ...സുനന്ദടീച്ചറുടെ'

'ഇനി പറയണ്ട സഖാവേ, എല്ലാം ഓർമ്മവരുന്നുണ്ട്. കണ്ടതില് ഒരുപാട് സന്തോഷംണ്ട്.'

'ദാസാ പാർട്ടിക്കാര് സഹായിക്കല്ണ്ടോ. ഐ.ആർ.പി.സി യൊക്കെയുണ്ടല്ലോ ഇപ്പള്.'

'സഹായിക്കല്ണ്ടെന്ന് പറഞ്ഞാ മതിയോ. വേറെയാരാ എനിക്കുള്ളത്. ഇപ്പോഴും അവരെ സഹായാ എനിക്കും കുടുംബത്തിനും. അതല്ലെ നമ്മളെ പാർട്ടീന്റെ കൊണം. വീണുപോയാൽ നോക്കല്ലോ.'

ഈ കെട്ട കാലത്തും മാനവികതയുടെയും മനുഷ്യസ്നേഹത്തിന്റെയും വറ്റാത്ത കനിവും സേവനസന്നദ്ധതയും കൈമുതലാക്കി പ്രവർത്തിക്കുന്ന തന്റെ പാർട്ടിയെക്കുറിച്ച് അയാൾ ഊറ്റംകൊണ്ടു. എന്നായിരുന്നു ദാസന്റെ സേവനസന്നദ്ധത താൻ നേരിട്ടനുഭവിച്ചത്.?

അന്ന് താൻ കൂത്തുപറമ്പിലെ പാരലൽ കോളേജ് അധ്യാപകൻ. ആളുകളെ കുത്തിനിറച്ച ബസ് കുട്ടിക്കുന്നിൽവെച്ച് ലോറിയുമായി കൂട്ടിയിടിച്ച് താൻ അപകടത്തിൽപ്പെട്ട് അബോധാവസ്ഥയിലായപ്പോൾ ആശുപത്രി കിടക്കരികിൽ ഇവനായിരുന്നു കൂട്ട്. ഇതേ ചിരി ചിരിച്ചുകൊണ്ട്. ആ ബസ്സിൽ അവനുമുണ്ടായിരുന്നു.

'മുമ്പിലത്തെ സീറ്റിന്റെ കമ്പീലിടിച്ചതാ. പെട്ടെന്ന് ബ്രെയിക്ക് ചവിട്ടിയപ്പോ പറ്റിയതാ. കൊറച്ച് ചോര പോയിന്. പേടിക്കാനൊ ന്നും ഇല്ല. ഞാൻ വീട്ടിലറിയിച്ചിട്ടുണ്ട്.'

പാർട്ടി ഓഫീസിലറിയിച്ച് വീട്ടിൽനിന്ന് ആളെത്തിയശേഷം മാത്രമാണ് ദാസൻ ആശുപത്രി വിട്ടത്. ആ ദാസൻ പരാശ്രയനായി ജീവിതത്തിന്റെ പീറ്റത്തെങ്ങ് കയറ്റത്തിൽ കാൽത്തളയും കൈത്തളയുമറ്റ് ഇതാ തന്റെ മുന്നിൽ.

'ദാസാ...എല്ലാം ഞാൻ എഴുതീട്ട്ണ്ട്. ഇപ്പോ വികലാംഗപെൻഷൻ കിട്ട്ന്ന്ണ്ടോ?'

'അത് കിട്ടന്ന്ണ്ടപ്പാ...നാല് വയറ് കഴിഞ്ഞ് പോകണ്ടേ. എപ്പോഴും

എല്ലാവരേയും ബുദ്ധിമുട്ടിക്കാൻ പറ്റ്വോ?'

'സർക്കാർ വികലാംഗർക്കായി കൊറേ പരിപാടികള് കൊണ്ട് വര്ന്ന് ണ്ട്. ചെലപ്പോ ചെത്തിത്തേക്കാത്ത ഈ വീട് തേക്കാനോ നിന്റെ മക്കൾ ക്കാർക്കെങ്കിലും പണിയോ മറ്റോ കിട്ട്യാല് നീ രക്ഷപ്പെട്ടില്ലേ...'

'രക്ഷപ്പെട്ടെന്ന് പറഞ്ഞാ മതിയാ. അതിന് നമ്മളെ സർക്കാര് തന്നെ ബെരണ്ടേ സഖാവേ.'

'അതൊന്നും ബേണ്ട ദാസാ. നിങ്ങളെപ്പോലുള്ളവരോട് കരുണ കാണിക്കാത്ത ഒരു സർക്കാരിനും ഇനി മുന്നോട്ട് പോകാൻ പറ്റൂല. ദാസാ ഇവിടെ വിമാനത്താവളം മാത്രം വന്നാ മതിയാ. വികസനം ഓരോരു ത്തർക്കും വേണ്ടേ?'

'അത് തന്നെയല്ലേ സഖാവേ, നമ്മളെ പാർട്ടീന്റെ ലക്ഷ്യം. സ്ഥിതി സമത്വം, ഗോവിന്ദൻമാഷെ പാർട്ടി ക്ലാസ് ഓർമ്മയില്ലേ?'

അയാൾ ചിരിച്ചുകൊണ്ട് പറഞ്ഞപ്പോൾ അതുവരെ എണ്ണമയമില്ലാ ത്ത വിളക്ക് തിരി വെളിച്ചം മാത്രം കാണപ്പെട്ട അയാളുടെ കണ്ണുകളിൽ വെളിച്ചെണ്ണയിൽ കുതിർന്ന നിറത്തിരിവെളിച്ചം ദീപ്തമായി.

എനിക്ക് കുറേ വീട് കയറണം. ഇതിവിടെ തുടങ്ങിയതേ ഉള്ളൂ. ഞാനി പ്പോഴിറങ്ങാം. പിന്നെ ചായയൊക്കെ കുടിച്ചില്ലേ ദാസാ.'

'എന്നാപ്പാ പറയേണ്ടത്. കുടിച്ചപോലെയാക്കി....അല്ലാണ്ടെന്താ. ആ എറങ്ങുമ്പം തലമുട്ടല്ലേ.'

ദാസൻ തന്റെ ക്രച്ചസിൽ കൈവെച്ചപ്പോൾ ഗോപൻ തലതാഴ്ത്തി മുറ്റത്തേക്കിറങ്ങി.

അല്പദൂരം നടന്ന അയാൾ തന്റെ പേഴ്സിനായി കീശ തപ്പി. മാസാ വസാനമായതിനാൽ അധികമൊന്നുമില്ല.

ബാക്കിയായത് മുഴുവൻ കയ്യിലെടുത്ത് തിരിച്ചുനടന്നു.

'ദാസാ, ഇതവിടെ വെച്ചോ. ഞാൻ പിന്നെ വരാം.'

'അല്ലാ ഒരു കട്ടൻപോലും കുടിക്കാണ്ട്.'

വിറയാർന്ന കൈകളാൽ പണം വാങ്ങി ദാസൻ വീണ്ടും ചിരിച്ചു. അതേ പരിചിതമായ അതേ ചിരി.

ആ ചിരിക്ക് സൂര്യാംശുവേറ്റ ഹിമകണത്തിന്റെ ദീപ്തശോഭയുണ്ടാ യിരുന്നു.

(ആകാശവാണി സാഹിത്യരംഗം 2017)

വെളുവെളുക്കെ ചിരിച്ച് ഒരാൾ

കാലത്തിന്റെ ഗതിവേഗങ്ങളുടെ പന്തയത്തിൽ അവസാനചുവടിൽ ഒന്നാമതെത്തിയ ഫേസ്ബുക്കും വാട്സാപ്പും കൈവിരൽ സ്പർശത്തിന്റെ കോരിത്തരിപ്പിനായി തുടിക്കുന്നുണ്ടെന്ന് അയാൾ ക്ക് തോന്നി. കല്യാണം കൂടാനുള്ള വയനാട്ടിലേക്കുള്ള യാത്രയിൽ കണക്ക് കൂട്ടലുകൾ തെറ്റിച്ച് കുടുംബാംഗങ്ങൾ തിക്കിത്തിരക്കിയപ്പോൾ ജീൻസിന്റെ പോക്കറ്റിൽ ശ്വാസംകിട്ടാതെ ഞെരിഞ്ഞമർന്നത് പാവം മൊബൈൽഫോണായിരുന്നു. എട്ട് പേർക്കിരിക്കാവുന്ന ഇന്നോവയിൽ കുട്ടികളടക്കം പതിനാല് പേരെ സമർത്ഥമായി തിരുക്കയറ്റിയപ്പോൾ, ബാക്കിയായിപ്പോയ കുഴച്ച മാവ് പുട്ടുംകുറ്റിയിൽ കുത്തിനിറച്ച വീട്ടമ്മയുടെ മുഖഭാവത്തോടെ ഡ്രൈവർ ഡോറുകളടച്ചു. തന്റെ സീറ്റിലിരുന്ന ശേഷം പുറകിലേക്ക് നോക്കി 'ഇതും ഇതിലപ്പുറവും ചാടിക്കടന്നവനാ ഈ കെ. കെ.ജോസഫ്' എന്ന ഇന്നസെന്റാണ് അയാളുടെ മുഖത്തുണ്ടായിരുന്നത്.

കയ്യിലെടുത്ത മൊബൈലിന്റെ മുഖപുസ്തകത്താളുകൾ നിറയെ വെളുവെളുക്കെ ചിരിച്ചുകൊണ്ടിരിക്കുന്ന ഒരു മുഖം. എന്തേയിത്രയധികം പോസ്റ്റുകൾ? ഒന്നുകിൽ പുരസ്കൃതൻ അല്ലെങ്കിൽ, ഇയാൾ ക്കെന്തെങ്കിലും? അതെ എന്തെങ്കിലുമല്ല ജീവിതത്തിലെ ദിവസേനയുള്ള ചെറിയ ഉറക്കപരിശീലനങ്ങൾക്കുശേഷം അയാൾ വലിയ ഉറക്കത്തിലേക്ക് കടന്നിരിക്കുന്നു. എന്നും രാവിലെയുള്ള പോസ്റ്റുകൾക്കൊക്കെ മരണത്തിന്റെ മണമാണെന്നയാൾ ഓർത്തു.

എന്നുമുതലാണ് അയാളെ കണ്ടുതുടങ്ങിയത്? രണ്ടുമാസത്തെ സ്കൂൾ അവധിക്കാലത്ത് കശുവണ്ടി പെറുക്കിവിറ്റ് ടൗണിലെ അണ്ണാച്ചിസാമിയുടെ കടയിൽ പോയി കടലമിഠായിയും 'സ്വാമി' ഉണ്ടയും മുറുക്കും അച്ചാറും പ്രൈസ് ബോർഡും വാങ്ങാൻ പോയിരുന്ന കാലം. പുരകെട്ടിമേയുമ്പോൾ ഒഴിവാക്കിയിടുന്ന കരിച്ചോലയും ഈന്തപ്പനപമ്പട്ടയും കൊണ്ട് കെട്ടിമറിച്ചുള്ള കുട്ടികളുടെ കടയിലേക്കുള്ള വില്പന സാധനങ്ങൾ അണ്ണാച്ചി സാമിയുടെ കടയില് മാത്രമേ കിട്ടിയിരുന്നുള്ളൂ. ടൗണിന്റെ ആരംഭകാലത്ത് തന്നെ കച്ചോടം തുടങ്ങിയ സാമിക്ക് 13 മക്കളുണ്ടായിരുന്നെന്ന് കേട്ടിട്ടുണ്ട്. എല്ലാവരും തന്നെ പിതൃത്വത്തെ മുഖങ്ങ

ളിലും അയാളുടെ സൗമ്യപെരുമാറ്റത്തെ പ്രവൃത്തിയിലും കൊണ്ടുനടക്കുന്നവർ. മക്കളെല്ലാവരും കടയിലുണ്ടാവും. ഒന്നിച്ചല്ല പല സമയങ്ങളിൽ അമർചിത്രകഥയിലെ മാമുനിയെ അനുസ്മരിപ്പിക്കുംവിധം ഓടപ്പൂ സദൃശമായ താടി തടവിക്കൊണ്ട്, വെളുത്ത തോർത്തും മുണ്ടും കുടവയറുമായി കച്ചോടം നടത്തുന്ന അണ്ണാച്ചി സാമിയെ കാണുന്നത് തന്നെ കൗതുകമാണ്. അയാൾ അധികം സംസാരിക്കില്ല. ഏത് സമയവും ലഭിക്കുന്ന ചൂടുകടലയായിരുന്നു അണ്ണാച്ചിക്കടയുടെ സവിശേഷത. നിലക്കടല, മണിക്കടല, പട്ടാണിക്കടല എന്നിവ വലിയ ചാക്കുകളിൽ നിറച്ചിട്ടുണ്ടാകും. അളവിനു പുറമെ കടലാസ് കവറിലേക്ക് കൈകൊണ്ടുള്ള ഒരു നുള്ളിയിടലുണ്ട്. അതിലാണ് കച്ചോടവും സ്നേഹവും അതിരുകളില്ലാതെ മഴവിൽച്ചാരുതയണിയുന്നത്.

ഒരുദിവസം ടൗണിലെത്തിയപ്പോഴാണ് കുള്ളനായ ഒരു മനുഷ്യനെ ശ്രദ്ധിച്ചത്. ചുമലിലെ വാരിക്കുന്തത്തിന്റെ രണ്ടറ്റത്തായി ഞാത്തിയിട്ട കുടിവെള്ളം നിറച്ച ടിന്നുമായി അയാൾ പരിചയക്കാരോടൊക്കെ വെളുക്കെ ചിരിച്ച് തന്റെ ലക്ഷ്യസ്ഥാനമായ ഹോട്ടലുകളിലേക്ക് കുതിക്കുകയാണ്. വേഗതയിൽ തുള്ളിത്തുളുമ്പുന്ന വെള്ളം റോഡിൽ തൂവിയുള്ള ആ നടത്തം അല്ല ഓട്ടം രണ്ടറ്റം കൂട്ടിമുട്ടിക്കാൻ തന്നെയാണ്. ടൗണിലെ കിണറിൽനിന്ന് വെള്ളം കോരിനിറച്ച് ഹോട്ടലുകളിൽ എത്തിച്ചാൽ കിട്ടുന്ന തുച്ഛമായ വരുമാനമാണ് അയാളുടെ അടുപ്പ് പുകയ്ക്കുന്നത്. വിടവുള്ള പല്ലുകൾ കാട്ടി നിഷ്ക്കളങ്കമായി ചിരിക്കുന്ന അയാൾക്ക് വലിയ പരാതികളൊന്നുമില്ല. ഓട്ടത്തിനിടയിൽ ചുമല് കഴയ്ക്കുമ്പോൾ പരിചയക്കാരോട് വർത്തമാനം പറഞ്ഞ് കിതച്ചുകൊണ്ടുള്ള ആ നിൽപ്പ് ഇനിയില്ല. പിന്നീടൊരിക്കൽ കണ്ടപ്പോൾ കുറെ ആൾക്കാരുടെ നടുവിലായിരുന്നു. വെളുക്കെ ചിരിച്ചുകൊണ്ട് കൈകാട്ടി ആളെ കൂട്ടുകയാണ് അയാൾ.

'പ്രിയപ്പെട്ട നാട്ടുകാരെ, സുഹൃത്തുക്കളെ ഞാൻ ഒരു മാജിക് കാണിക്കാൻ പോവുകയാണ്. മായമില്ല, മന്ത്രമില്ല, മായാജാലമില്ല. ഒന്ന് ഉഷാറായി കയ്യടിക്കപ്പാ.'

ഒരു ബെഞ്ചിൽ നിരത്തിവെച്ച ഫ്യൂസ് പോയ ട്യൂബുകൾ കാണാനുണ്ട്. അടിട്രൗസർ കാണുന്ന ഒരു ലുങ്കിമാത്രം ഉടുത്ത് നഗ്നമേനി കാണിച്ച് അയാൾ ആളുകളെ വലംവെച്ച് കയ്യടിക്കാൻ ആഹ്വാനം ചെയ്തശേഷം പൊടുന്നനെ ആ ട്യൂബുകൾക്കു മുകളിൽ പുറംകൊള്ളിച്ച് ഒരു വീഴ്ച. അവ വലിയ ശബ്ദത്തോടെ പൊട്ടിത്തെറിച്ച് ചുറ്റിലും പുക പടർന്നു. ആളുകൾ സ്തബ്ധരായി നിൽക്കെ വെളുക്കെ ചിരിച്ച്, ചോര വാർ

ന്നൊഴുകുന്ന നടുപ്പുറത്തെ ചില്ലുകഷണങ്ങളും വെളുത്തപൊടിയും പ്രദർശിപ്പിച്ച് നാണയത്തുട്ടുകൾക്കായി അയാൾ കൈനീട്ടുകയാണ്. ചിലർ വിറക്കുന്ന ആ കൈകളിലേക്ക് നാണയങ്ങൾ വച്ചുകൊടുത്തപ്പോൾ ചിലർ കാഴ്ച കണ്ട് മടങ്ങി. കരിഞ്ഞ ട്യൂബുകൾകൊണ്ട് കാണികളുടെ മനസ്സിൽ അത്ഭുതപൂത്തിരി കത്തിച്ച് ചുറ്റിലും പ്രകാശം പരത്തിക്കൊണ്ടുള്ള അയാളുടെ നിറചിരി വെളിച്ചം അണഞ്ഞുപോയിരിക്കുന്നു.

ഹോട്ടലുകളിൽ പൈപ്പ് വെള്ളമെത്തിയപ്പോൾ അയാൾ ട്യൂബ് ലൈറ്റിലും പത്രവില്പനയിലും ജീവിതത്തെ വേവിച്ചെടുത്തുകൊണ്ടിരുന്നു. സിനിമാ പോസ്റ്റർ ഒട്ടിക്കാൻ ഗ്രാമഗ്രാമാന്തരങ്ങളിൽ സൈക്കിളിൽ ഊരുചുറ്റലായി പിന്നീടുള്ള ജീവിതം. ചാക്ക് വലിച്ച് ചട്ടത്തിലടിച്ച് പീടിക്കോലായിൽ വെച്ചിരുന്ന സിനിമാബോർഡിൽ മൈദപ്പശ തേക്കുന്നതും സഞ്ചിയിൽനിന്നും പോസ്റ്റർ എടുത്ത് ഒട്ടിക്കുന്നതും കാത്ത് കുട്ടികളും യുവാക്കളും ഉത്സുകരായി നിന്നു. പോസ്റ്ററുകളിൽനിന്ന് നിവർന്നുവരുന്ന ജയനും ജയഭാരതിയും പ്രേംനസീറും ഷീലയും പ്രേക്ഷകഹൃദയത്തിൽ കുടിയേറിയതിനു പിന്നിലും ഈ കരങ്ങൾതന്നെ. അതിനിടയിൽ 'തേൻതുള്ളി'യെന്ന സിനിമയിലും മുഖം കാണിക്കാൻ അവസരമുണ്ടായി.

ഏതോ ഒരു തെരുവുസർക്കസുകാരുടെ കൂടെ ടൗണിലെത്തിയതാണയാൾ. അതിലെ സൈക്കിൾ അഭ്യാസിയായിട്ടായിരുന്നു രംഗപ്രവേശം. അടച്ചുറ്റിവലുപ്പമുള്ള ഡിസ്കിലൂടെ പാട്ട് തുടങ്ങുമ്പോൾ അയാൾ കാണികളെ അഭ്യാസപ്രകടനങ്ങളിലൂടെ രസിപ്പിക്കും. എന്നും കൂടുവിട്ട് കൂട് മാറുന്ന സർക്കസ് സംഘത്തെ വിട്ട് ടൗണിൽ ത്തന്നെ കൂടുകയായിരുന്നു അയാൾ. ജോലിക്കായി വന്നെത്തിയ ആരെയും പറഞ്ഞുവിടാത്ത ആ പട്ടണം അയാളെയും ചേർത്തുപിടിച്ചു.

'അല്ലെടോ...നീ എന്താ ഇങ്ങനെ തേരാപാര നടക്ക്ന്ന്. ട്യൂബൊന്നും പൊട്ടിക്കലില്ലേ.

താടിക്ക് കൈയും കൊടുത്തിരിക്കുന്ന അയാളോട് കമ്പി അനന്താട്ടനാണ് ചോദിച്ചത്.

'അനന്താട്ടാ ആരിക്കായിപ്പോ ഇതൊക്കെ കാണണ്ടത്. ഞമ്മളെയെല്ലാം ആരിക്കും വേണ്ടാണ്ടായില്ലെ. ട്യൂബ് പൊട്ടിച്ചാലൊന്നും പൈശ കിട്ടാണ്ടായി. എന്തെങ്കിലും കിട്ടണെങ്കില് മരണക്കുണ്ടോ...കുഴികുത്തി കുഴിച്ച് മൂടലോ തന്നെ കാണിച്ച് കൊടുക്കേണ്ടിവരും. അതോണ്ട് ഞാനത് നിർത്തി. ഈനക്കൊണ്ടൊന്നും ഒരു കുടുംബം പോറ്റാനാവൂലപ്പാ...'

'അത് ശരിയാടോ...കണ്ടാ എന്റെ തോളിലിട്ട ഈ കമ്പി. ആരിക്കും

ഇപ്പോ തെങ്ങിന് കമ്പിയിടണ്ട. ഒരാഴ്ചയായി ഇതും തൂക്കി നടക്കാൻ തൊടങ്ങീറ്റ്.'

അനന്തേട്ടൻ ഒന്നമർത്തി മൂളി.

'എന്നാലും പഠിച്ച പണിയല്ലേന്ന് വിചാരിച്ചിറ്റ് എപ്പളെങ്കിലും ഒന്ന് നോക്കും. പക്ഷേങ്കില് ഒന്നും കിട്ടൂല. അതെല്ലാം സഹിക്കാ. എന്റെ കളി കണ്ടിറ്റ് ഇത് വെറും തട്ടിപ്പാന്ന് ചെലര് പറയമ്പളാ അനന്താട്ടാ കരച്ചില് വര്വാ.'

അലസമായി കുടുക്കുകളിട്ട പോളിസ്റ്റർ ഷർട്ടിലേക്ക് ഇറ്റിവീണ കണ്ണുനീർ കണ്ട് അനന്താട്ടൻ അവന്റെ പുറത്ത് തട്ടിക്കൊണ്ട് തിരിഞ്ഞ് നിന്ന് കണ്ണ് തുടച്ച് പറഞ്ഞു.

'എടാ, ഞാൻ വെറുതെ ചോദിച്ചതല്ലേ, വിട്ട് കള. നീയതിന് എന്തിനാ കരയ്ന്ന്. നീ കരഞ്ഞാ നിന്റെ മക്കളെ പട്ടിണി മാറ്വോ, നീ ബാ, നമ്മക്ക് ബാലാട്ടന്റെ പീടേന്ന് ഒരു ചായ കുടിക്കാ, ബാടോ.'

ചായകുടിച്ച ശേഷം അവൻ അനന്തേട്ടന്റെ കൈ ചേർത്ത് പിടിച്ച് പറഞ്ഞു, 'അനന്താട്ടാ... ഇന്ന് നിങ്ങൾ എന്റെ ദൈവാ. പയിച്ചിറ്റ് കൊടല് കത്തിക്കാളുമ്പളാ ഇങ്ങളെന്നെ ചായ കുടിക്കാൻ വിളിച്ചത്. ഇങ്ങളെ ഞാൻ ഒരിക്കലും മറക്കൂല.'

ഊർന്നുപോകുന്ന തോളിലിട്ട കമ്പിവളയം ഒന്നുകൂടി കയറ്റിയിട്ട് അനന്തേട്ടൻ പറഞ്ഞു. 'എന്റെ കാര്യോം ഇങ്ങനെതന്നെയാ. തെങ്ങ് ഒരു പൊടി പൊരക്ക് ചായുമ്പോ കൊത്തിമുറി തന്നെ. മൊബൈല് അരച്ച് കൂട്ടാൻ വെക്കാലോ. എല്ലാം അതിലുണ്ടല്ലോ. ആരിക്കും ഇപ്പോ തെങ്ങ് വേണ്ടാണ്ടായി.'

'പൊരക്ക് ഒന്നും ചായാണ്ട് തന്നെ നമ്മളെ നാട്ടില് കൊത്തി മുറിയല്ലേ അനന്താട്ടാ. മനുഷ്യന്മാര് തമ്മില്.' നിറഞ്ഞ് ചിരിച്ച് അയാൾ പറഞ്ഞു.

ജീവിതപ്രാരാബ്ധത്തിന്റെ പ്രളയം കഴുത്തറ്റം മുട്ടിയപ്പോഴാണ് അയാൾ മതം മാറിയത്. മതപരിവർത്തനത്തിന്റെ ആനുകൂല്യകാലം കഴിഞ്ഞപ്പോൾ വീണ്ടും ട്യൂബ്ലൈറ്റും സിനിമാപോസ്റ്ററുമായി ജീവിതത്തിന് പശതേച്ചു. രണ്ട് പെൺമക്കളിൽ ഒരാൾ ഡിഗ്രിക്കും മറ്റേയാൾ ഹൈസ്കൂളിലുമായി. താൻ വിശ്വസിക്കുന്ന പാർട്ടിയുടെ ചുവന്ന കൊടിയുമായി തിരഞ്ഞെടുപ്പ് റാലികളിലും പാർട്ടി പരിപാടികളിലും വെളുക്കെ ചിരിച്ച് അയാൾ കടന്നുവരും. തെരഞ്ഞെടുപ്പ് റാലികളിൽ അരിവാൾ ചുറ്റിക നക്ഷത്രം ആലേഖനം ചെയ്ത ചുവപ്പ് തോരണമായി അയാൾ മാറും. ഫോൺ ചിലച്ചപ്പോൾ ഓർമ്മകളുടെ നനഞ്ഞ കുതിർന്ന താളു

കൾ അടച്ചുവെച്ചു. രതീഷാണ്. 'നേരത്തെ നേരറിയിക്കാൻ' അച്ഛന്റെ പാത പിന്തുടരുന്നവനാണ്. വിവരമറിയിക്കാൻ വിളിച്ചതാണ്. 4 മണിക്കാണ് സംസ്കാരം. എത്താൻ കഴിയില്ലെന്ന് മറുപടി പറഞ്ഞു. ഏതോ ഒരു അത്യാവശ്യത്തിന് ടൗണിലെത്തിയപ്പോഴായിരുന്നു ആ കാറപകടം. റോഡ് മുറിച്ചുകടക്കുകയായിരുന്ന അയാളെ ഇടിച്ചുവീഴ്ത്തിയശേഷം കാർ നിർത്താതെ പോയി. ഐസി.യൂവിൽ ഒരുദിവസം. അവന്റെ ട്യൂബുകൾക്ക് ഇനി ജീവിതപ്രകാശമില്ല. വളഞ്ഞ് തുടങ്ങിയ ശരീരവുമായി നിങ്ങളെ മുട്ടിവിളിച്ച് വെളുക്കെ ചിരിച്ച് വിശേഷങ്ങൾ പങ്കുവെക്കാൻ ഇനി ആ പാവത്താനില്ല.

കരിഞ്ഞ ട്യൂബുകൾ പൊട്ടിച്ച് ജീവിതവെട്ടം ഊതിയുണർത്തി തന്റെ അരിമണികൾ വേവിച്ചെടുത്തുള്ള ജീവിതപ്രകാശം, ചുറ്റിലും കൂടിനിൽക്കുന്നവരിലും അയാൾ പരത്തിയിരുന്നു. ചിതറിയിട്ട ട്യൂബിന്റെ കൂർത്ത് മൂർത്ത ചില്ലുകഷണങ്ങൾ തുളച്ചു കയറാതിരിക്കാൻ നമുക്കിനി കട്ടിചെരുപ്പുകൾ ധരിക്കാം. നഗ്നപാദർ സൂക്ഷിക്കുക. ഇവിടെയീ തെരുവോരങ്ങളിൽ സുകുമാരൻ എന്ന സുലൈമാൻ നടുപ്പുറം കൊണ്ട് പൊട്ടിച്ചിട്ട ട്യൂബ് ലൈറ്റിന്റെ ചില്ലുകഷണങ്ങൾ എഴുന്നുനിൽക്കുകയാണ്. അടിച്ചുവാരി തൂത്തുകളയാൻ മാത്രമുള്ള ചൂലുകൾ ബാലൻനമ്പ്യാരുടെ കടയിലുണ്ടാവുമോ ആവോ...?

(ആകാശവാണി സാഹിത്യരംഗം 2022)

കരിന്തേളുകൾ

കാതറിൻ മരിയ അന്ന് നല്ല തിരക്കിലായിരുന്നു. പതിവ് ദിനചര്യകൾക്ക് ശേഷം ജോലിക്കായി ഇറങ്ങുമ്പോൾതന്നെ വൈകിയിരുന്നു. ഇന്നെങ്കിലും കുറച്ചുനേരത്തെ ഇറങ്ങണമെന്ന് വിചാരിച്ചതാണ്. അല്ലെങ്കിലും അതങ്ങനെയാണ്. ഉറച്ച തീരുമാനങ്ങളെ പരാജയപ്പെടുത്താൻ പലതും കിണഞ്ഞ് ശ്രമിച്ചുകൊണ്ടിരിക്കും. ഇന്നിപ്പോൾ കറന്റ് കട്ടിന്റെ രൂപത്തിലായെന്നുമാത്രം.

വീട്ടുജോലിക്കായി ഒരാളെ വെക്കണമെന്ന് വിചാരിച്ചിരുന്നു. അനുഭവസ്ഥരായ സുഹൃത്തുക്കൾ അതിന്റെ പൊല്ലാപ്പുകൾ വിവരിച്ചപ്പോൾ വേണ്ടെന്നു വെച്ചു. എന്തിനാ കാതറിൻ കാശുകൊടുത്തിട്ട് കടിക്കുന്ന പട്ടിയെ വാങ്ങിക്കുന്നതെന്നായിരുന്നു അവരിലൊരാൾ പ്രതികരിച്ചത്. മക്കൾ രണ്ടുപേരും പഠിക്കുകയാണ്. അവർക്ക് വേണ്ടതൊക്കെ ഒരുക്കിക്കൊടുക്കുമ്പോഴേക്കും ഇറങ്ങേണ്ട സ്ഥലം കഴിഞ്ഞിരിക്കും.

കാറ് സ്റ്റാർട്ട് ചെയ്ത് ഗിയറിലിട്ട് പോകാനൊരുങ്ങുമ്പോൾ പിറകിൽ നിന്ന് ഒരു വിളി.

'ഛെ ഒരു വഴിക്കിറങ്ങുമ്പോൾ നാശം.' പുഞ്ചിരിക്കുന്ന ഒരു മുഖം.

പുതിയ അയൽക്കാരിയാണ്.

'ഓൺടീ നേരത്തെ വരണേ. നമുക്ക് ഈ നഗരമൊക്കെ ഒന്ന് ചുറ്റിക്കറങ്ങണമെന്നുണ്ട്. അതിന് ആന്റിയുടെ സഹായം വേണം. വൈകീട്ട് നമ്മുടെ കൂടെ വരാൻ കഴിയോ.'

'ഓ ഡിയർ തീർച്ചയായും.' കരിമുഖം പെട്ടെന്ന് വെളുപ്പിച്ച് മരിയ മറുപടി പറഞ്ഞു. 'അപ്പോ ശരി, ഞാൻ നേരത്തെ മടങ്ങാം ബൈ.'

പ്രശസ്തമായ മിട്ടൻ ഹോസ്പിറ്റലിൽ മുപ്പത് വർഷത്തിലധികമായി ഹെഡ് നേഴ്സായി ജോലി ചെയ്തുവരികയാണ് മരിയ. അവിടെയെത്തുന്ന രോഗികളുടെ ആരോഗ്യരക്ഷാകാര്യങ്ങളിൽ ഒരമ്മയുടെ സ്നേഹവായ്പ്പോടെ അവർ ഇടപെടാറുണ്ട്. അതുകൊണ്ടുതന്നെ പലരും ഡോക്ടറെ അന്വേഷിച്ച് മാത്രമല്ല, മരിയ നേഴ്സിനെ അന്വേഷിച്ചും അവിടെ വരാറുണ്ട്.

വീടും ഹോസ്പിറ്റലിനുമിടയിലെ മൂന്നുകിലോമീറ്റർ ദൂരത്തെ ഓട്ട

പ്പാച്ചിലിനിടയിൽ ശ്രദ്ധിക്കാതെ പോയ ഒരു കാര്യമുണ്ട്. ഇരുന്നേടത്ത് നിന്ന് എഴുന്നേൽക്കുമ്പോഴുള്ള ഒരു നടുവേദന. ഇന്ന് നാളെയെന്നു കരുതി ജീവിതതിരക്കിനിടയിൽ മുൻഗണനാ വരിയിലെ അവസാന ഇനമായി മാറ്റിവെച്ചതാണ്. ഇടയ്ക്ക് ചുവന്ന ലൈറ്റിട്ട് ചീറിവരുന്ന ആംബുലൻസുകൾക്ക് വഴിമാറിക്കൊടുക്കാതെ തരമില്ലല്ലോ. ഇനിയത് പറ്റില്ല. തനിക്കെന്തെങ്കിലും സംഭവിച്ചാൽ തന്റെ മക്കൾ? ഭർത്താവില്ല, അമ്മയില്ല, മറ്റാരുമില്ല. അവർക്ക് വേണ്ടിയെങ്കിലും പോയേപറ്റൂ. നാളെത്തന്നെ.

നേരത്തെ പറഞ്ഞുറപ്പിച്ചത് പോലെ പുതിയ അയൽക്കാരുമായി ഒരു നഗരപ്രദക്ഷിണം. അത്യാവശ്യമുള്ളതൊക്കെ അവരെ കാണിച്ചുകൊടുത്തതിന്ശേഷം ചായ കുടിച്ച് വീട്ടിലേക്ക് മടങ്ങി. അയൽ പക്കബന്ധങ്ങൾ മോശമായിക്കൊണ്ടിരിക്കുന്ന ഇക്കാലത്ത് അത് കാത്ത് സൂക്ഷിക്കുന്നത് നല്ലതാണ്. കുളി കഴിഞ്ഞ് ഭക്ഷണം കഴിച്ചതിനുശേഷം കിടന്നു. നല്ല ക്ഷീണം. കിടന്നയുടൻ ഉറക്കത്തിന്റെ ആഴവേരുകളിലേക്ക് മരിയ മുങ്ങാംകുഴിയിട്ടു. ഗാഢനിദ്രയിലായ മരിയയുടെ അടുത്തേക്ക് കിടപ്പുമുറിയുടെ വാതിൽ പതിയെ തുറന്ന് അവളുടെ മരിച്ചുപോയ ഭർത്താവും അമ്മയും കടന്നുവന്നു. അവളുടെ കൈത്തലം കയ്യിലെടുത്ത് ഭർത്താവ് പറഞ്ഞുതുടങ്ങി. അപ്പോഴാണവൾ അവർ ധരിച്ചിരുന്ന വസ്ത്രത്തിന്റെ പ്രത്യേകത ശ്രദ്ധിച്ചത്. കരിന്തേളുകളുടെ ചിത്രം ആലേഖനം ചെയ്ത വസ്ത്രമായിരുന്നു അത്.

'ഓ മരിയാ മൈ ഡിയർ, നടുവിന് നല്ല വേദന തോന്നുന്നുണ്ട് അല്ലേ. ഉണ്ടാവും. എങ്ങിനെയാ ഇല്ലാണ്ടിരിക്ക്യാ. അതെ. നിന്റെ ശരീരം അവൻ നർത്തനവേദിയാക്കിയിരിക്കുന്നു.'

തുടർന്ന് അമ്മയാണ് സംസാരിച്ചത്. 'മോളേ നിന്റെ ശരീരത്തിലെ ജീവകോശങ്ങളുടെ പ്രവർത്തനങ്ങളെ തകിടം മറിച്ചുകൊണ്ട് അവൻ വരികയാണ്. പകപേറുന്ന ഒരുപറ്റം കോശങ്ങൾ അതിദ്രുതം പെരുകിപ്പെരുതി വരികയാണ്.'

'എന്താണ് ഫെർണാണ്ടസ് ഒന്ന് തെളിച്ച് പറയൂ.' മരിയ ധൃതിപ്പെട്ടു.

'ഓ, നിനക്ക് മനസ്സിലായില്ല അല്ലേ. ഇനിയെന്തിന് ഒളിക്കണം. നിന്റെ ശരീരത്തിൽ കാൻസർകോശങ്ങൾ പിടിമുറുക്കിയിരിക്കുന്നു. നിന്റെ അന്നനാളത്തിൽ അതിന്റെ വളർച്ച നാമ്പിട്ടിരിക്കുന്നു. വേഗം വേണ്ടത് ചെയ്യണം. എനിക്ക് പറ്റിയത് പോലാവരുത്. ഈ മുന്നറിയിപ്പ് നീ അവഗണിക്കരുത്.' അമ്മ വിതുമ്പലിന്റെ ആഴക്കിണർ തൊട്ടുകൊണ്ട് പറഞ്ഞു.

'ഞങ്ങൾ അത് മണത്തറിഞ്ഞയുടൻ നിന്റടുത്തേക്ക് ഓടിവരികയായിരുന്നു.' ഫെർണാണ്ടസ് തെല്ലുകിതപ്പോടെ നെടുവീർപ്പിട്ടു കൊണ്ട്

പറഞ്ഞു.

'മോളേ, ഞങ്ങൾക്ക് അനുവദിച്ച സമയം കഴിയാറായി. ആ തുരുമ്പെടുത്ത ഇരുമ്പ് ഗേറ്റ് പൂട്ടുന്നതിന് മുമ്പ് മടങ്ങണം. ആ കാവൽക്കാരന് ചില്ലറ കൈമടക്ക് കൊടുത്തിട്ടാ കടത്തിവിട്ടത്. ഞങ്ങൾ പോകുന്നു.'

അമ്മേ പോകല്ലേ...പോകല്ലേ...

കിടക്കയിൽനിന്ന് ഞെട്ടിപ്പിടഞ്ഞെഴുന്നേറ്റ മരിയ ഉച്ചത്തിൽ നിലവിളിച്ച് കരഞ്ഞു. ആകെ വിയർത്തിരിക്കുന്നു. തപ്പിപ്പിടിച്ച് ലൈറ്റിട്ടു. ഇല്ല ആരുമില്ല. ഭാഗ്യം മക്കളാരും ഉണർന്നിട്ടില്ല. മേശമേലുള്ള കൂജയിലേക്ക് അവളുടെ വിറയ്ക്കുന്ന വിരലുകൾ നീണ്ടു. കൂജയിലെ വെള്ളം വായിലേക്ക് കമിഴ്ത്തിയപ്പോൾ ഞണ്ടിൻ മാളത്തിലെന്നോണം ഗുളുഗുളു ശബ്ദമുണ്ടാക്കി തൊണ്ടയിലൂടെ ഒഴുകി പല കൈവഴികളിലൂടെ കടന്നുപോയി. പക്ഷേ, ദാഹം മാത്രം അടങ്ങിയില്ല. അർദ്ധരാത്രി കഴിഞ്ഞതേയുള്ളൂ. ഇനി പുലരുന്നത് വരെ നിദ്രാവിഹീനവും ചിന്താധീനവുമായ ഇരുട്ട്. ഇരുട്ട് മാത്രം. നാളേക്കായി അവൾ ഒരു ഉറച്ച തീരുമാനമെടുത്തു.

പിറ്റേന്ന് പതിവ് ജോലി സമയത്ത് തന്നെ ഇറങ്ങിയ മരിയ ഹോസ്പിറ്റലിൽ എത്തി സൂപ്രണ്ടിന് അവധി അപേക്ഷ നൽകി. കുറച്ചകലെ സ്ഥിതി ചെയ്യുന്ന കാൻസർ സ്പെഷ്യാലിറ്റി ഹോസ്പിറ്റലിലേക്ക് അവൾ കാർ തിരിച്ചു. സ്വയം പരിചയപ്പെടുത്തിയപ്പോൾ നല്ല പരിഗണനയാണ് കിട്ടിയത്. നട്ടെല്ലിന്റെ സി.ടി സ്കാൻ എടുക്കാൻ കുറിച്ചപ്പോൾ സംശയത്തിന്റെ ചിലന്തിവല അവൾക്ക് ചുറ്റും ഊടുംപാവുമിടുന്നുണ്ടായിരുന്നു. സ്കാൻ റിപ്പോർട്ടുമായി മരിയ ഡോക്ടറുടെ അടുത്തെത്തി.

'സീ മിസിസ്സ് മരിയാ, ഒരു ചെറിയ കാൻസറസ് ഗ്രോത്തുണ്ട്. വളരെ വേഗത്തിലാണതിന്റെ വളർച്ച. അത് പടർന്ന് അന്നനാളത്തിൽ എത്തിയിട്ടുണ്ട്. വേഗം കീമോ ചെയ്യണം.'

വളരെ നിസ്സംഗതയോടെ ഡോക്ടർ പറഞ്ഞുനിർത്തി. എത്രയോ കേസുകൾ ദിവസേന കണ്ടു പരിചയിച്ച ഡോക്ടർക്ക് ഇത് നിസ്സാരം. പക്ഷെ, തനിക്കിത് ഒരു 'കേസല്ല'. സ്വന്തം കേസാണ്. കുറച്ചുകൂടി സമയമെടുത്ത് കുട്ടികൾക്ക് കയ്പ്ഗുളിക തേനിൽ ചേർത്തുകൊടുക്കുന്നതുപോലെ പറഞ്ഞാൽ പോരായിരുന്നോ ഡോക്ടർക്ക്.

മരിയ വിതുമ്പലിന്റെ വക്കിൽനിന്നും കാലിടറാതെ പിടിച്ചുനിന്നു. കസേരയുടെ കൈവരികളിൽ മുറുകെ പിടിച്ചിരുന്ന അവൾ ഭർത്താവിനെയും അമ്മയെയും ഓർത്തു. അവരുടെ വാക്കുകൾ ആ കാതുകളിൽ പ്രതിഫലിച്ചു. ഇനി? ഒരു ഡോക്ടറുടെ അകത്തേക്ക് കയറിവരുന്നവര

ല്ല കൺസൽട്ടേഷന് ശേഷം പലപ്പോഴും ഇറങ്ങിപ്പോകാറുള്ളത്. രോഗത്തിന്റെ ഭയാശങ്കകളുമായി കയറിവരുന്നവർ ചിലപ്പോൾ നീലാകാശം പോലുള്ള മനസ്സുമായും രോഗഭീതിയില്ലാതെ കടന്നുവന്നവർ കാർമേഘാവൃതമായ മനസ്സുമായും പുറത്തുവരാറുണ്ട്. കയറിവരുന്ന ചിന്തകളെ പാമ്പ് ഉറയൂരിയെറിയുന്നത് പോലെ കസേരയിലുപേക്ഷിച്ച് മരിയ പുറത്തുകടന്നു. പുതിയ ചിന്തകളും വികാരങ്ങളും പുതിയ രൂപവും ഭാവവുമായി തികച്ചും മറ്റൊരാൾ. രോഗിയാകുന്നതോടെ ഒരാൾ സഹനത്തിന്റെ തീമഴയിലേക്ക് എടുത്തെറിയപ്പെടുകയാണ്. അതിൽനിന്ന് ആർക്കും മോചനമില്ല.

ഒരു സ്വപ്നത്തിന് പ്രവചനാത്മകതയുടെ ഫലശ്രുതി. ഒരിക്കലും ഇത് പ്രതീക്ഷിച്ചതല്ല. ഇല്ലെന്നുറുപ്പിക്കാനാണ് ടെസ്റ്റുകൾ ചെയ്തത്. പക്ഷെ, ഉണ്ടെന്നുറപ്പിക്കാനാണ് ഡോക്ടർ ടെസ്റ്റുകൾ ചെയ്യിക്കുന്നത്. ഇതാണ് ഡോക്ടറും രോഗിയും തമ്മിലുള്ള ദാർശനികദൂരം. അതെ, തന്റെ ശരീരത്തിലൂടെ കരിന്തേളുകൾ ഇഴയാൻ തുടങ്ങിയിരിക്കുന്നു. തന്റെ ശരീരം അവയുടെ ക്രൗര്യമുഖം വിടരുന്ന കരിന്തേളിടങ്ങളായി മാറുകയാണ്. കൂർത്ത് മൂർത്ത നഖമുനകൾ ശരീരകോശങ്ങളിൽ ഊർന്നിറങ്ങുന്നു. തന്റെ ശരീരമാസകലം ആ നഖമുനകൾ ആഴ്ന്നിറങ്ങിത്തുടങ്ങി. ക്രൗര്യത്തിന്റെ മിനുസക്കത്തികൾ രാകിമിനുക്കുകയാണവറ്റകൾ. ഈയിടെയായി നല്ല ഉറക്കം കിട്ടുന്നുണ്ട്. അതുകൊണ്ട്തന്നെ സ്വപ്നങ്ങളും കാണാറുണ്ട്. ഈ കരിന്തേളുകളെ ഇതിന് മുന്നിലും താൻ കണ്ടിട്ടുണ്ട്.

കൈവിരലിൽ എന്തോ ഇഴയുന്നതായിട്ടാണ് ആദ്യം തോന്നിയത്. നോക്കിയപ്പോൾ ഒരു തേൾ. വെറും തേളല്ല, കരിന്തേൾ. പെട്ടെന്ന് അത് എല്ലാ വിരലുകളിലും പ്രത്യക്ഷപ്പെട്ടുതുടങ്ങി. ഇടതുകയ്യിലേത് വലതുകൈകൊണ്ട് തട്ടിമാറ്റുമ്പോഴേക്കും വറ്റുകൈകൊണ്ട് കോഴിയെ തെളിച്ചതുപോലെ...അടിച്ച വടിയിൽ ചൊറയുന്ന പാമ്പിനെപ്പോലെ കയറിക്കയറി വരികയാണ്. അത് പെട്ടെന്ന് ഇരുകാലുകളിലൂടെയും തലയിലൂടെയും ഇറങ്ങിവരാൻ തുടങ്ങി. കണ്ണിലും വായിലും മൂക്കിലും ചെവിയിലും അവ കയറിയിറങ്ങിത്തുടങ്ങി.

ശരീരം നിറഞ്ഞപ്പോൾ ഉടുത്തിരുന്ന ഗൗൺ ഊരിയെറിഞ്ഞിട്ടും രക്ഷയില്ല. പൂർവ്വാധികം ക്രൗര്യത്തോടെയും അംഗബലത്തോടെയും തന്റെ ശരീരത്തെ നർത്തനവേദിയാക്കി അവ പുളച്ചുമറിച്ചുകൊണ്ടിരുന്നു. വെള്ളംവറ്റിക്കൊണ്ടിരിക്കുന്ന കുളത്തിലെ മീനുകളെപ്പോലെ കരിന്തേളിടങ്ങൾക്കായി അവ പരസ്പരം മത്സരിച്ചു. മുന്നിലെ വലിയ കൊറുങ്ങ

കൾ വിടർത്തിപ്പിടിച്ച് മണ്ണുമാന്തി യന്ത്രത്തെപ്പോലെ എഴുന്ന് നിന്ന് അവ ആഹ്ലാദനൃത്തം ചവിട്ടിത്തിമർത്തു. വാൽമണികൊണ്ടുള്ള വിഷദംശനത്തിനായി ദാഹിച്ച് തലങ്ങും വിലങ്ങും ചുറ്റിനടന്നു. കടുത്ത കായികക്ഷമതയുടെ കിരമ്പാറക്കെട്ടുകളിലും കരിന്തേളുകളിഴയുന്ന കരിങ്കാല കാഴ്ചകളുടെ ബീഭത്സഭാവങ്ങളിലേക്ക് മരിയയുടെ മിഴി തുറന്നു.

മടങ്ങുന്ന വഴിയിൽ മരിയ മക്കളെക്കുറിച്ച് മാത്രമാണ് ചിന്തിച്ചത്. കടൽക്കരയിലെ പള്ളി സെമിത്തേരിയിൽ ഒരു അന്ത്യകുർബാന നടക്കുകയാണ്. ഒന്നു കയറിയിട്ട് പോവാം. താനും പോകാനിരിക്കുകയാണല്ലോ. ഫാദറുടെ കാർമ്മികത്വത്തിൽ ചരമശുശ്രൂഷ നടന്നുകൊണ്ടിരിക്കുകയാണ്. പൗരപ്രമുഖനെന്ന് തോന്നിക്കുന്ന ഒരാൾ പരേതന്റെ കുടുംബജീവിത ചരിത്രം കൂടിനിൽക്കുന്നവരുടെ അറിവിലേക്കായി പറഞ്ഞുകൊടുക്കുകയാണിപ്പോൾ. കുടുംബാംഗങ്ങളെന്ന് തോന്നിച്ച ആരും തന്നെ കരയുന്നില്ല.

മറ്റൊരാൾ എഴുന്നേറ്റ് നിന്ന് പരേതന്റെ ജീവിതത്തിലെ പ്രധാനപ്പെട്ട സംഭവങ്ങളും രസകരമായ മുഹൂർത്തങ്ങളും അയവിറക്കുന്നു. അയാളുടെ വിനോദങ്ങൾ, വിഡ്ഢിത്തരങ്ങൾ, താല്പര്യങ്ങൾ അതുകേട്ട് മറ്റുള്ളവർ ചിരിച്ചുകൊണ്ട് അയാളെ അനുസ്മരിക്കുന്നു. ഓരോരുത്തരും അയാളെക്കുറിച്ചുള്ള നേരറിവുകൾ പങ്കുവെച്ച് ആ മരണം ആഘോഷിക്കുകയാണെന്ന് മരിയക്ക് തോന്നി. ദാ ഇങ്ങനെ വേണം. അല്ലാതെ അലമുറയിട്ട് കരഞ്ഞ് കലങ്ങിയ കണ്ണുകൾ...ആർത്തനാദങ്ങൾ...ബോധക്ഷയങ്ങൾ...

മരണവും ജീവിതംതന്നെയെന്ന് അടയാളപ്പെടുത്തുന്ന നിമിഷങ്ങൾ. അങ്ങനെ ശാന്തിയുടെയും സമാധാനത്തിന്റെയും നിർവ്വാണനിമിഷങ്ങൾ നെയ്തെടുത്ത് അവർ പരേതനെ മരണസിംഹാസനത്തിലേക്ക് ആനയിക്കുന്നു. അതിൽ കയറ്റിയിരുത്തിയ ശേഷം ആചാരപൂർവ്വം അവർ യാത്രയയക്കുന്നു. നോക്കിയിരിക്കെ ആ മരണസിംഹാസനം തന്നിലേക്ക് നീങ്ങുന്നതായി മരിയക്ക് തോന്നി. പുറംതിരിഞ്ഞ് നടത്തത്തിന് വേഗം കൂട്ടി കാറിൽ കയറിപ്പറ്റി. അതിവേഗത്തിൽ പാഞ്ഞുപോയി കാർ നിർത്തി പിറകിലോട്ട് നോക്കി.

ഇല്ല ഒന്നുമില്ല. ആശ്വാസം.

സ്റ്റിയറിംഗിൽ തലവെച്ച് അല്പം കിടന്നു. വേഗം വീടെത്തണം. തല പതുക്കെ ഉയർത്തിയപ്പോൾ മുന്നിൽ ആ മരണസിംഹാസനം ഉയർന്നു വരുന്നു.

കുഴഞ്ഞുവീണ മരിയ ഓടിയെത്തിയ ഏതോ ഒരാൾ തളിച്ച ജലക

നിവുകൊണ്ട് എഴുന്നേറ്റപ്പോൾ ചുറ്റിലും കൂടിനിന്ന സാകൂതനയനങ്ങൾ അന്വേഷിച്ചു.

'ഇത് നമ്മുടെ മിൽട്ടൺ ഹോസ്പിറ്റലിലെ സിസ്റ്റർ മരിയയല്ലേ.'

അപ്പോൾ കുനിഞ്ഞുനിന്ന് തന്റെ ക്ഷേമമന്വേഷിക്കുന്ന ഓരോരുത്തരുടെയും രൂപഭാവങ്ങൾ കരിന്തേൾരൂപങ്ങളായി മാറുന്നത് മരിയ ഭയചകിതയായി കണ്ടു.

അമ്മിക്കല്ല്

'അയ്യോ...എന്റെ മുത്തപ്പാ...കരണ്ട് പോയല്ലോ. മുടിഞ്ഞ കട്ടാണ്. ഇതിപ്പം പാതി അരച്ചപ്പോഴല്ലേ പോയത്. സമയാണെങ്കില് ഒരു മണി കഴിഞ്ഞല്ലോ. ഓറിന്ന് ഉച്ചക്ക് ചോറിനുണ്ടാവ്വേം ചെയ്യും.'

ജ്വലന കൈയിൽ തലവെച്ച് പിറുപിറുത്തുകൊണ്ട് അടുക്കളയിലൂടെ നാടകത്തിലെ അസ്വസ്ഥയായ രാജ്ഞിയെപ്പോലെ ഉലാത്തിക്കൊണ്ടിരുന്നു.

'എന്താ...എന്താഡോ പറ്റിയത്. നിനക്കെന്താ തലപിരാന്തായോ. തന്നെ വീഴ്ത്താൻ ആഞ്ഞ് ശ്രമിക്കുന്ന ടൈൽസിന്റെ മിനുസത്തിന് വഴങ്ങിക്കൊടുക്കാതെ ദേവിയമ്മ അടുക്കളയിലെത്തി.

'അമ്മേ കറണ്ട് പോയി. മിക്സിയിതാ നോക്കറോ...പകുതി അരച്ചിറ്റ്... ഇനിയെന്തിനാ ഇത് കൊള്ളാ...'

'ഓ ഇതാ കാര്യം. അതിനിയെടിത്തിറ്റ് പയീന്റെ വെള്ളത്തിലിട്ടേക്ക്. എന്നിറ്റ് വേറൊരു തേങ്ങയെടുത്ത് ഉരിച്ച് മാന്തീറ്റ് ആ അമ്മീമ്മന്നൊരക്ക്. കുറേക്കാലമായി ഞാനും വിചാരിക്കന്ന്. അമ്മീമ്മന്നരച്ച കറികൂട്ടണോന്ന്. ഇതേതായാലും നന്നായി.' ദേവിയമ്മ ഒന്നും ബാക്കി വെച്ചില്ല. ഒറ്റശ്വാസത്തിൽതന്നെ.

'ഓ അതുശരി. നിങ്ങളെല്ലാരും ഒരു ഗ്രൂപ്പാണല്ലേ...അമ്മേ ഇതേതായാലും ശരിയായില്ല.'

'എന്ത് ഗ്രൂപ്പാ നീയിപ്പറയുന്നത്. ഗ്രൂപ്പെല്ലാം നിന്റെ പാർട്ടിക്കാർക്കല്ലേ. അല്ലെങ്കിലും നിനക്കെല്ലം ഇത് കിട്ടണം. കിട്ടീറ്റിലെങ്കിലേ അതിശയള്ളൂ. ഇക്കാണുന്ന കുന്നും മലയും ഇടിച്ചു കളയുമ്പോഴും ഓർമ്മിക്കണം. ങ്ഹാ...'

ദേവിയമ്മ തന്റെ രാഷ്ട്രീയ പാരിസ്ഥിതികബോധത്തിന്റെ മടിശ്ശീലയഴിച്ചു. രാഷ്ട്രീയെല്ലാം ഓരോ ആളുടെ വിശ്വാസം. അമ്മ തൽക്കാലം അതിലിടപെടണ്ട.'

ജ്വലന ചൊടിച്ചുകൊണ്ട് ജ്വലിച്ചു.

'ആ പോട്ടെ. അത് വിട്ട് കള. കറി വെക്കണ്ടേ. ഓൻ വര്മ്പളത്തേക്ക് കറി ആവണ്ടേ. കരണ്ടിനെ കാക്കേല വേണ്ട. വേഗം നോക്ക്.'

മനസ്സില്ലാമനസ്സോടെ ജ്വലന തേങ്ങക്കൂടയിലേക്ക് നടന്നു. ഓരോന്ന് കുലുക്കി നോക്കുമ്പോഴും അവളുടെ കോപമാപിനിയിലെ മെർക്കുറിയുടെ തോത് ഉയർന്നു. ഒന്നിനും ഒരു കുലുക്കവുമില്ല. തേങ്ങ പറപ്പിക്കാൻ ഒരാളുടെ പിറകെ നടക്കാൻ തുടങ്ങിയിട്ട് മൂന്നുമാസമായി. പറിച്ചെടുക്കുന്ന തേങ്ങ വിറ്റ് കിട്ടുന്ന കാശ് മുഴുവൻ കൊടുത്താലും തേങ്ങയിടാൻ ആളെ കിട്ടാനില്ലാത്ത കാലമാണ്. അവസാനമൊന്ന് കിട്ടിയത് കുത്തിയുരിച്ച് പൊട്ടിച്ച് മാന്തിയെടുത്ത് മഞ്ഞളും മുളകും ചേർത്ത് വെച്ചു.

അപ്പോഴാണ് അമ്മിക്കല്ലിലേക്ക് അവൾ നോക്കിയത്. വർക്ക് ഏരിയയിലെ തട്ടിൽ എല്ലാവരോടും കെറു പിടിച്ചിരിക്കുകയാണ് അമ്മിക്കല്ല്. എന്തായാലും കഴുകി വൃത്തിയാക്കാതെ പറ്റില്ല. ഒരു മുഖം മിനുക്കൽ വെള്ളവും ചകിരിയും കൊണ്ട് കഴുകിത്തുടങ്ങിയപ്പോഴാണ് ജ്വലനയുടെ കണ്ണുകളിൽ ആ നികൃഷ്ടജീവി പ്രത്യക്ഷപ്പെട്ടത്. തന്റെ വഴുവഴുപ്പുള്ള ശരീരം വലിച്ചിഴച്ച് നീങ്ങുമ്പോൾ അവശേഷിപ്പിക്കുന്ന വെള്ളിച്ചാലുമായി അച്ചിൾ സ്വൈര്യവിഹാരത്തിന്റെ മേച്ചിൽപ്പുറങ്ങൾ തേടുകയാണ്.

'അമ്മേ അമ്മേ എനിക്കാവൂല. ഈ അമ്മിക്കല്ല് കഴുകി വൃത്തിയാക്കാൻ. ഇതാ നോക്കറോ...അച്ചില്.'

ഞെട്ടംമുറ്റിയ വാക്കുകളിൽ ജ്വലന വിളിച്ചുകൂവി.

നിലവിളിയുടെ ആഴമളന്ന് കൊണ്ട് ദേവിയമ്മ ധൃതിയിൽ നടന്നടുത്തു.

'ഈ അമ്മീമ്മന്നരച്ചിട്ട് ഞാൻ കറി വെക്കൂല. അന്നക്കൊണ്ടാവൂല. അമ്മക്ക് വേണ്ടിക്കലായിക്കോ.'

'അതാ മോളേ..വല്ലപ്പോഴെങ്കിലും അമ്മീമ്മന്നരക്കണംന്ന് ഞാമ്പറയുന്നത്. അവനവൻ ചെയ്യേണ്ടത് ചെയ്തിറ്റില്ലെങ്കിലേ വേറെയാളത് ചെയ്യും കണ്ടാ അമ്മിക്കുട്ടി ഉരുളുന്നതുപോലെയല്ലേ അതിന്റെ ചാലിടല്. അത് പോട്ടെ തൃപ്തിയില്ലാണ്ട് എന്ത് ചെയ്തിറ്റും ഒര് കാര്യോം ഇല്ല. നമ്മക്കിന്ന് അരക്കാണ്ട് വെക്കാ. അങ്ങനെയും വെക്കാലോ.'

'പക്ഷേ, ജനാട്ടൻ വെരുമ്പം...അതാ എന്റെ പ്രശ്നം.'

'അതിനെന്താ...ഓന്റെടുത്ത് മൊബൈലില്ലേ...വിളിച്ച് പറ. ഹോട്ടല്ന്ന് തിന്നിറ്റ് വന്നോട്ടെ പാവം.'

അപ്പോഴേക്കും വിശിഷ്ടാതിഥിയുടെ സാന്നിദ്ധ്യമറിയിച്ചുകൊണ്ട് ഇൻഡിക്കേറ്ററിൽ ചുവന്ന പ്രകാശം തെളിഞ്ഞുകത്തി.

'മോളേ, കറണ്ട് വന്നിറ്റാ. വേഗം നോക്കിക്കോ. എപ്പോഴാ പോകുന്നെന്നറിയില്ല. ഇപ്പത്തന്നെ ഓരോ ദിവസത്തെയും വാർത്ത കേക്ക്മ്പം വിചാരിക്കും ദാ പോയീന്ന്. പിന്നേം വരും. ചാവാൻ കെടക്ക്ന്ന് കാര

ണോറെപ്പോലെയല്ലേ ഇവർടെ കളി...'

'അമ്മേ മതിയമ്മേ...മതി. എനിക്കെല്ലാം മനസ്സിലാവ്ന്നെല്ലംണ്ട് ട്ടാ... പറഞ്ഞ് നിക്കാൻ നേരംല്ല. വേഗം കറിയാക്കാൻ നോക്കട്ടെ.'

നാവിലൂറിയ അമ്മിയിലരച്ച കറിയുടെ സ്വാദ് ഓർത്തെടുത്ത് ദേവിയമ്മ നെടുവീർപ്പിടുമ്പോൾ ജ്വലന മിക്സിയിൽ അരച്ചുതുടങ്ങിയിരുന്നു.

ഉദാരൻ

കാലത്ത് ആറുമണിക്കാണ് ടൗണിലേക്കുള്ള ബസ്. അത് പിടിച്ചെങ്കിലേ കൃത്യസമയത്ത് പരീക്ഷാഹാളിലെത്താൻ കഴിയൂ. അമ്മ വെച്ചുനീട്ടിയ കട്ടൻ പകുതി കുടിച്ച് ഹാൾടിക്കറ്റും പേനയും പോക്കറ്റിലിട്ട് അവൻ പുറപ്പെട്ടു. എട്ടുമണിക്കാണ് പരീക്ഷണം.

നേരം ഏറെ വൈകി പുലരുന്നതിനാൽ ബസ് ലൈറ്റിട്ടാണ് വന്നുനിന്നത്. കയറാൻ അവൻ മാത്രം. മുന്നിൽ കിതച്ചുനിന്ന ബസ്സിൽ ചാടിക്കയറിയ അവൻ ഷട്ടറിനരികിൽ തന്നെ ഇരുപ്പുറപ്പിച്ചു. ശീതക്കാറ്റിന്റെ സൂചിമുനകൾ തുരുമ്പെടുത്ത ഷട്ടറിന്റെ സുഷിരങ്ങളിലൂടെ കുത്തിനോവിച്ചുകൊണ്ടിരുന്നു. ചുറ്റിലുമൊന്ന് കണ്ണോടിച്ചു. ഒരുവൻ കുനിഞ്ഞിരുന്ന് വായിക്കുകയാണ്. ഏന്തിവലിഞ്ഞു നോക്കി. പി.എസ്.സി റാങ്ക് ഫയലാണ് കയ്യിൽ. അപ്പോഴാണ് അവൻ ഒരു കാര്യമോർത്തത്. താൻ വായിക്കാനൊന്നുമെടുത്തില്ല. ഒരോട്ട പ്രദക്ഷിണത്തിനെങ്കിലും... വായിച്ചതാണെങ്കിലും മറ്റുള്ളവർ വായിക്കുന്നത് കാണുമ്പോൾ ഒരിതാ. ആ പോട്ടെ വരുന്നേടത്ത് വെച്ച് കാണാം.

സർക്കാറിന്റെ ഒരു തരംതാണ ഗുമസ്തനാവാൻ സൂര്യന് കീഴിലുള്ള മുഴുവനും പഠിക്കണം. പരീക്ഷാർത്ഥി പഠിക്കാത്തിടത്ത് ചോദ്യകർത്താവിന്റെ കണ്ണെത്തുമ്പോഴാണ് പി.എസ്.സി വിജയിക്കുന്നത്. സാധാരണ നിലയിൽ ഒരറുപത് എഴുപത് മാർക്കിന് യാതൊരു കുറവും വരില്ല. ഈസി വാക്കോവർ. പക്ഷേ, അതിനും മുകളിലത്തെ കൊമ്പിലാണ് കിളിക്കൂടും മുട്ടയുമിരിക്കുന്നത്. ഏന്തിവലിഞ്ഞാണെങ്കിലും തുള്ളിപ്പിടിച്ചായാലും അതെടുത്തേ മതിയാവൂ.

'ജീവിതം ആരും താലത്തിൽവച്ച് നീട്ടിത്തരുന്ന ഓറഞ്ചല്ല. അത് വിലക്കപ്പെട്ട കനിയാണ്. അത് നാം പറിച്ചെടുക്കുക തന്നെ വേണം.'

സത്യൻമാഷ് മനസ്സിലൂടെ ഓടിപ്പോയി. ഉം പഠിപ്പിക്കുമ്പോൾ കവിതയെ ഹൃദയത്തിലേക്കിട്ട് തന്ന സത്യൻമാഷ്. സാഹിത്യവിദ്യാർത്ഥിയുടെ സാകൂതനയനങ്ങളിലെ തിളക്കം തിരിച്ചറിഞ്ഞ മാഷ്. അന്നൊരിക്കൽ കവിതാക്ലാസിൽ പോയട്രി ടെക്സ്റ്റ് എടുക്കാതിരുന്ന താൻ അടുത്തിരുന്നവന്റെ ടെക്സ്റ്റും മാഷുടെ മുഖത്തും മാറിമാറി നോക്കുന്നത് കണ്ട് അവന്റെ കയ്യിൽനിന്ന് ടെക്സ്റ്റ് പിടിച്ചെടുത്ത് തന്റെ മുന്നിലേക്കി

ട്ടുതന്ന സത്യൻമാഷ്. മരിച്ചുപോയിക്കാണുമോ ആവോ...? മാക്മില്യ ണിൽ നിന്ന് രാജിവെച്ച് വന്നതാണെന്നും കല്യാണം കഴിച്ചില്ലെന്നും കേട്ടിരുന്നു. ഓരോ അവറിന് ശേഷവും പുറത്തുപോയി സിഗരറ്റിന് തീ കൊളുത്തി ഊർജ്ജം സംഭരിച്ച് കവിതയുടെ വല വീശിയെറിഞ്ഞ് വിദ്യാർത്ഥികളെ കുടുക്കിയെടുത്ത മുനിയെപ്പോലൊരു മനുഷ്യൻ... അതെ, ഒറ്റയാൻ ജീവിതത്തിന്റെ ഒറ്റത്തടിപ്പാലത്തിലൂടെ ഒരാൾ.

ഓരോ സ്റ്റോപ്പിൽനിന്നും പരീക്ഷാർത്ഥികൾ കയറിത്തുടങ്ങി. തിങ്ങി നിറഞ്ഞ യാത്രക്കാർക്കിടയിലൂടെ ഒരഭ്യാസിയുടെ മെയ്‌വഴക്കത്തോടെ കണ്ടക്ടർ പഴംചക്കയിലെ കുരുവെന്നോണം മുന്നോട്ടു തെറിച്ചുവീണു. പൊതുവിതരണവകുപ്പിലേക്കുള്ള വില്പനക്കാരനാവാനാണീ തള്ളിക്ക യറ്റം. കണ്ടക്ടർ തള്ളിമാറ്റിയുണ്ടാക്കിയ വിടവിലൂടെ ആ പഠിപ്പിസ്റ്റിനെ വീണ്ടും കണ്ടു. ഏതായാലും ഒരൊഴിവിന് ആളായിക്കഴിഞ്ഞു. ബാക്കിയേ നോക്കേണ്ടൂ.

കാൽടെക്സിൽ ബസ്സിറങ്ങി മുനിസിപ്പൽ ഹൈസ്കൂളിലേക്ക് നട ക്കുമ്പോഴും അവൻ വായനയിലായിരുന്നു. റോൾനമ്പർ നോക്കി ക്ലാസിൽ കയറുമ്പോഴേക്കും ആദ്യബെൽ മുഴങ്ങിക്കഴിഞ്ഞിരുന്നു. സ്പോർട്സ് സ്കൂളിലെ പെൺകുട്ടികൾ കായികക്ഷമതക്കുള്ള കഠിനപരിശീലനത്തി ലാണ്. മാസ്റ്റർ ഇടയ്ക്കിടക്ക് നിർദ്ദേശങ്ങൾ നൽകുന്നത് കാണാം.

അപ്പോഴാണ് ക്ലാസിലേക്ക് കഥാപുരുഷന്റെ കടന്നുവരവ്. നമ്പർ നോക്കിനോക്കി അവസാനം അവന്റെ അരികിലാണ് എത്തിയത്. ആശ്വാ സം. ഇനിയെല്ലാം ഭദ്രം.

അവനെ നോക്കിയൊന്ന് പുഞ്ചിരിക്കാൻ ശ്രമിച്ചെങ്കിലും വലിച്ചടച്ച വാതിൽപോലെ അവൻ തല വെട്ടിച്ചുകളഞ്ഞു.

ഇൻവിജിലേറ്റർ എത്തിയപ്പോൾ എല്ലാവരോടും പുസ്തകങ്ങളും ബാഗും പുറത്ത് വെക്കാൻ പറഞ്ഞു. മറ്റെല്ലാവരും തിരിച്ചുകയറിപ്പോൾ അവൻ മാത്രം പുറത്ത് അവശേഷിച്ചു.

'എന്താടോ തന്നോട് മാത്രം പ്രത്യേകം പറയണോ' എന്ന ഇൻവിജി ലേറ്ററുടെ ചോദ്യം കേട്ടപ്പോൾ തടിയൻ പുസ്തകത്തിൽ ഒന്നുകൂടി യൊന്ന് കണ്ണോട്ടം നടത്തിയശേഷം അവൻ ഹാളിൽ കയറിയിരുന്നു. എല്ലാവരും പരിഹാസരൂപേണ അവനെ നോക്കുന്നതൊന്നും അവൻ ഗൗനിച്ചതേയില്ല.

അവസാനബെല്ലോടുകൂടി ചോദ്യപേപ്പർ വിതരണം തുടങ്ങി. ചോദ്യ ങ്ങളിലൂടെ ഒരോട്ടപ്രദക്ഷിണം നടത്തിയപ്പോൾ ഒരു ഉഷ്ണക്കാറ്റ് അവന്റെ ശരീരത്തിലൂടെ കയറിയിറങ്ങിപ്പോയി. അരികിലിരിക്കുന്ന പഠി

പ്പിസ്റ്റ് എഴുതിത്തള്ളുകയാണ്. തിരിഞ്ഞും മറിഞ്ഞും നോട്ടമില്ല. പക്ഷേ, പേപ്പർ തനിക്ക് കാണാനെന്നോണം അരികിലേക്ക് നീക്കി ഉദാരത കാണിക്കുന്നുണ്ട്. താൻ ബിരുദാനന്തരബിരുദധാരിയായിട്ടും തന്നെ കുഴയ്ക്കുന്ന ചോദ്യങ്ങളാണ് വന്നിരിക്കുന്നത്. പുഞ്ചിരിച്ചില്ലെങ്കിലും അവന്റെ ഉദാരതയിൽ മനം കുളുർത്ത് കാണുന്നതെല്ലാം അതിവേഗത്തിൽ പകർത്തിയെഴുത്തായി. അറിയാവുന്ന ചോദ്യങ്ങളുടെ ഉത്തരങ്ങൾ പോലും അവഗണിച്ച് നോക്കിയെഴുത്താശാനായി അവൻ ഉത്തരക്കടലാസിൽ കറുത്ത കുമിളകൾ കൊണ്ട് ചിത്രമെഴുതി.

അവസാനബെൽ മുഴങ്ങി. പേപ്പർ തിരികെയേൽപ്പിച്ച് അവൻ പുറത്തിറങ്ങി.

പിറകെ ഉദാരനും.

ഉപചാരവാക്കുകളെന്നോണം അവൻ ചോദിച്ചു, ‘എങ്ങനുണ്ട്?’

‘വെരി ബെസ്റ്റ്. ഫൈൻ. കയറിക്കൂടുമെന്നുറപ്പാ.’

അവൻ ആഹ്ലാദം മറച്ചുവെച്ചില്ല.

കൈകൊടുത്ത് നന്ദി പറഞ്ഞശേഷം ബാഗ് പുറത്തിട്ട് നടന്നകലുന്ന അവനോട് പേര് ചോദിക്കണമെന്നുറപ്പിച്ചു.

‘ഹലോ എക്സ്ക്യൂസ് മി...പേര്?’

‘ഒരു പേരിലെന്തിരിക്കുന്നു സുഹൃത്തേ. ഒരാൾ എന്തു ചെയ്യുന്നുവെന്ന് നോക്കിയാൽപ്പോരേ. വേണമെങ്കിൽ ഉദാരനെന്ന് വിളിച്ചോളൂ. ഓക്കെ. ബൈ.’

അല്പദൂരം നടന്നശേഷം അവൻ തിരിഞ്ഞുനടന്ന് അടുത്തെത്തി ചോദിച്ചു.

‘എക്സ്ക്യൂസ് മി. ഒന്ന് ചോദിക്കാൻ വിട്ടു. ഈ സൈലന്റ് വാലി ജമ്മു കാശ്മീരിൽതന്നെയല്ലാരുന്നോ? അതുമാത്രമാണൊരു ഡൗട്ട്.’

സ്കൂൾമുറ്റത്തെ ഗാന്ധിപ്രതിമക്ക് കീഴിൽ വിയർത്തൊലിക്കുന്ന അവനെ നോക്കി പരിശീലനം കഴിഞ്ഞ് വിയർത്തൊലിച്ചുനിൽക്കുന്ന പെൺകുട്ടികൾ പൊട്ടിപ്പൊട്ടി ചിരിക്കുകയായിരുന്നു.

കരിമ്പുക

പായത്താണ് പരിപാടി. നാല്മണിയാണ് നോട്ടീസിലെ സമയം. പത്ത് മിനുട്ട് വൈകിത്തുടങ്ങിയ പരിപാടികൾ അരമണിക്കൂറിലേക്കും പിന്നീടത് ഒരുമണിക്കൂറിലേക്കും പെരുത്ത് കയറിയത് ജനങ്ങൾ പൊരുത്തപ്പെട്ടിട്ടുണ്ടെങ്കിലും നാലുമണിക്കുതന്നെ എത്തണമെന്ന് അയാൾക്ക് നിർബന്ധമുണ്ടായിരുന്നു.

വീട്ടിൽനിന്നും ഇരുപത് കിലോമീറ്ററെങ്കിലും ദൂരമുണ്ട്. കവിസുഹൃത്തിന്റെ നാട്ടിലായതിനാൽ ഏറെ സന്തോഷത്തോടെയാണ് പരിപാടി ഏറ്റെടുത്തത്. അയാളിലെ സാംസ്കാരികപ്രവർത്തകനെ തട്ടിയുണർത്തിയതിൽ ചെറുതല്ലാത്ത പങ്ക് കവി സുഹൃത്തിനുണ്ടല്ലോ. തന്റെ സാംസ്കാരിക പ്രവർത്തനത്തിന്റെ മറുക് കുഴിച്ചിട്ടിരിക്കുന്നത് വായനശാലയുടെ മുറ്റത്താണെന്ന് അന്നൊരിക്കൽ പ്രസംഗിച്ചത് ഓർമ്മവന്നു. പൊതുവിദ്യാഭ്യാസ സംരക്ഷണ സദസ്സ് ഉദ്ഘാടനം ചെയ്ത് സംസാരിച്ചതിന്റെ ആവേശത്തിലായിരുന്ന അധ്യാപക സുഹൃത്തിന്റെ സ്നേഹക്ഷണം സ്വീകരിക്കാതിരിക്കാൻ കഴിഞ്ഞില്ല.

'നിങ്ങൾ വണ്ടിയെടുത്ത് വന്നോളൂ. വേണ്ടതുപോലെ ചെയ്യാം' എന്നായിരുന്നു സംഘാടകരുടെ സേവനവേതന കരാർ. പക്ഷേ, സ്വന്തം ഇരുചക്രത്തിൽ പോകാമെന്നായിരുന്നു അയാളുടെ തീരുമാനം. തുലാവർഷാരംഭത്തിന്റെ ഇടിയും പടയും മാറിനിന്ന ആ ദിവസം അയാൾ യാത്ര ആരംഭിച്ചു. 3.30 ന് തന്നെ മകളെ നൃത്തവിദ്യാലയത്തിലാക്കി കവിസുഹൃത്തിനെ പിറകിലിരുത്തി യാത്രയാരംഭിച്ചു. ചാവശ്ശേരിയെത്താൻ നിമിഷങ്ങൾ ബാക്കിനിൽക്കെ ഒരു പോലീസുകാരൻ കൈകാണിച്ചു.

പരിശോധികപ്പട ഉടുത്തൊരുങ്ങി നിൽക്കുന്നത് കണ്ടപ്പോൾ വലിയ ഭീതിയൊന്നുമില്ലായിരുന്നു.

ഹെൽമെറ്റിട്ടിട്ടുണ്ട്, ലൈസൻസുണ്ട്, മറ്റ് കടലാസുകളുമുണ്ട്. പിന്നെന്താ...

വണ്ടി അരികിലേക്ക് മാറ്റി രേഖകളുമെടുത്ത് പോലീസ് ജീപ്പിന്റെ ബോണറ്റ് മേശയിലേക്ക് അയാൾ നടന്നടുത്തു.

രേഖകൾ പരിശോധിച്ചുകൊണ്ടിരിക്കേ അയാൾ പതുക്കെ പറഞ്ഞു. 'സർ ഞാനൊരു സർക്കാർ ഉദ്യോഗസ്ഥനാണ്. ഒഴിവാക്കിത്തരണം.'

'അതിന് ഇതില് പൊകേന്റെ കടലാസില്ലല്ലോ.'

കടലാസ് പരിശോധിച്ചശേഷം ആ പോലീസുകാരൻ പറഞ്ഞു.

'സർ അത് ഉണ്ടല്ലോ. അടീലാ ഉള്ളത്.'

'എടോ എപ്പഴേങ്കിലും ഒരു കടലാസെടുത്താ പോരാ. ആറുമാസം കൂടുമ്പോ പുതുക്കണം. ഇതൊന്നും അറിയാണ്ടാണോ ഊരുചുറ്റല്.' ഗ്രിപ്പിൽ പിടിച്ച് എസ്.ഐ ചൂടായിത്തുടങ്ങി.

'സർ, അതിന്റെ കാലാവധി കഴിഞ്ഞതോർത്തില്ല. പറ്റുമെങ്കിൽ ഒന്ന് ഒഴിവാക്കിത്തരണം.'

'താനാരാടോ ഒഴിവാക്കിത്തരാൻ...? സർക്കാര് ഉദ്യോഗസ്ഥനാണെങ്കില് മാതൃകയായിരിക്കണം. എന്നിട്ടിപ്പോ എന്നെക്കൊണ്ട് അധികം പറയിക്കണ്ട. വേഗം ഫൈൻ അടച്ചിട്ട് പോട്. അതാ നല്ലത്.'

അയാൾ ആക്സിലേറ്ററിൽ പിടിമുറുക്കി കരിമ്പുക പരത്തിക്കൊണ്ടിരുന്നു.

'സർ, നമ്മള് ഒരു പരിപാടീല് സംസാരിക്കാൻ പോകുന്നതാ. ഇദ്ദേഹം ഉദ്ഘാടകൻ. നാലുമണിക്കാ പരിപാടി. ആളൊരു എഴുത്തുകാരനാ.'

കവിസുഹൃത്ത് ഭവ്യതയോടെ ഓട്ടുകിണ്ടി വെള്ളം അയാളുടെ കാലിലൊഴിച്ചുകൊണ്ട് പറഞ്ഞു.

'എഴുത്തുകാരനായതോണ്ട് കടലാസ് വേണ്ടാന്ന്ണ്ടാ. നിന്റെ കഥേം കവിതേം എഴുതിയ കടലാസ് പോരാ. പൊക കൊണ്ട് കൊഴപ്പമില്ലാന്നുള്ളത് വേണം. മനസ്സിലായോ.'

അധികാരഗർവ്വിന്റെ കരിമ്പുക വമിപ്പിച്ചുകൊണ്ട് അയാൾ അന്തരീക്ഷമലിനീകരത്തിനുള്ള ഒരുക്കത്തിലാണ്.

'സർ, ഞാൻ വ്യക്തിപരമായ ഒരു കാര്യത്തിനല്ല പോകുന്നത്, ഒരു പൊതുപരിപാടിക്കാ സമൂഹത്തിനു വേണ്ടിയാ.' അയാൾ കെഞ്ചിപ്പറഞ്ഞു.

'എന്താടോ പറഞ്ഞാ മനസ്സിലാവൂലേ. ആയിരം ഉറുപ്പിയാ ഫൈൻ. എടോ റൈട്ടറേ 500 ആക്കി കൊറച്ച് കൊടുത്തേക്ക്.'

മലിനീകരണം കുറച്ചുകൊണ്ട് എസ്.ഐയുടെ വാക്കുകൾ മധ്യസ്ഥായിയിൽ നിലകൊണ്ടു.

'സർ, ഞാനും നിങ്ങളും ഒരേ ട്രഷറീന്നാ ശമ്പളം വാങ്ങുന്നത്. ഇതേപോലെ പിഴയീടാക്കാനുള്ള അധികാരം ഉള്ള ഒരുദ്യോഗസ്ഥനാ ഞാനും. പക്ഷേ, ഇതുപോലെ വിട്ടുവീഴ്ച ചെയ്യാതെയല്ല. ഇതൊക്കെ പറഞ്ഞിട്ടും മനസ്സിലായിട്ടില്ലെങ്കില് ദാ പൈസ.' അയാൾ 500 ന്റെ നോട്ടെടുത്ത

നീട്ടി.

സുഹൃത്ത് 'ഞാൻ കൊടുക്കാം മാഷേ' യെന്ന് പറഞ്ഞ് പേഴ്സെടുത്തു. സ്നേഹപൂർവ്വം നിരസിച്ച അയാൾക്ക് ആത്മാഭിമാനത്തിൽ സർപ്പദംശനമേറ്റതായി തോന്നി.

മൊബൈൽ ശബ്ദിച്ചു. 'മാഷെ എപ്പോഴെത്തും?'

മറുതലയ്ക്ക് സംഘാടകനായ മാഷാണ്.

സംഭവം വിശദീകരിക്കുമ്പോൾ അയാളുടെ ആത്മരോഷത്തിന്റെ കാറ്റുണർന്നു. ചുഴലിക്കാറ്റായി. വീണ്ടും ഫോൺ. 'നിങ്ങളെ കാത്തിരുന്നാ ശരിയാവൂല. ഞങ്ങള് പോവലാ.' കാറുമായി വഴിക്ക് കാത്തിരുന്നവർ സ്ഥലംവിട്ടു.

'ഇതാ നിങ്ങളുടെ പേപ്പറുകൾ.' ഔദാര്യമെന്നോണം വെച്ചുനീട്ടിയ റസീറ്റും മറ്റ് രേഖകളും വാങ്ങുമ്പോൾ അയാൾ പുകഞ്ഞ് കത്തി. പേപ്പർ തിരിച്ചുംമറിച്ചും നോക്കിയിട്ട് അയാൾ പറഞ്ഞു.

'സർ ഇതില് ആർ.സി കോപ്പിയില്ലല്ലോ. ഞാനത് തന്നതാ. കിട്ടാണ്ട് ഞാൻ പോവൂല.'

'എല്ലാ അതില്ണ്ട്. ഏടെങ്കിലും വീണിറ്റ്ണ്ടോന്ന് നോക്കെടോ.'

റൈറ്റർ തേളിയൻ പടമുയർത്തി.

'സാറേ സുയിപ്പാക്കല്ലേ. പേപ്പറ് കിട്ടാണ്ട് നിങ്ങളും പോവൂല, ഞാനും.' അയാളുടെ ശബ്ദം കനത്തിരുണ്ടിരുന്നു.

'പിന്നെയിതേടപ്പോയിനെടോ. ഞാനെല്ലാം നിനക്ക് തന്നതല്ലേ.'

എസ്.ഐ റൈറ്ററോട് തട്ടിക്കയറി.

'സർ, എനിക്കൊരു സംശയം. വേറൊരുത്തന്റെ കടലാസ് ഇതിനിടേല് സാറ് നോക്കീനേനും. അയാക്കാറ്റം മാറികൊടുത്തുപോയിനാ.' കുഴഞ്ഞുമറിഞ്ഞ നൈലോൺചരടിന്റെ അറ്റം കണ്ടുപിടിച്ചതുപോലെ കവിസുഹൃത്ത് ചോദിച്ചു.

'ആ...അതെയതെ. ഒരുത്തൻ കടലാസെടുത്തിറ്റ് വരാന്ന് പറഞ്ഞിറ്റ് പോയിറ്റില്ലേ. ഓന് മാറി കൊടുത്ത് പോയിറ്റ്ണ്ടാവും.'

റൈറ്ററുടെ മുഖം വിടർന്നു.

'അവനിങ്ങ് വരട്ടെ. കാണിച്ചുകൊടുക്കാം.'

'ഇതിന്റെയൊക്കെ വല്ല ആവശ്യമുണ്ടായിരുന്നോ സുഹൃത്തേ. നേരെ പറഞ്ഞാപ്പോരായിരുന്നോ...' എസ്.ഐ സൗഹൃദവല വീശിത്തുടങ്ങി.

'എന്ത് പറഞ്ഞിട്ടില്ലാന്നാ നിങ്ങളീ പറയ്ന്നത്...എന്റെ അച്ഛൻ ബ്രിട്ടീഷുകാർക്കെതിരെ സമരം ചെയ്ത സ്വാതന്ത്ര്യസമരസേനാനിയാണെന്നും സേലം ജയിലിലെ വെടിവെപ്പിൽ തലനാരിഴക്ക് രക്ഷപ്പെട്ട് മരിക്കുംവ

രെ വെടിച്ചീളുകൾ ശരീരത്തിൽ പേറി ജീവിച്ചയാളാണെന്നും പറയണ മായിരുന്നോ.' മനോവേദനയുടെ വെടിച്ചില്ലുകൾ തൊടുത്ത് അയാൾ പുലമ്പി.

'അത് നിങ്ങളെ കൈകാണിച്ച് നിർത്തിയ പോലീസുകാരനോട് പറ ഞ്ഞാ മതിയായിരുന്നു.' എസ്.ഐ മുറിവെണ്ണ പുരട്ടാനുള്ള ശ്രമമാണ്.

അപ്പോഴാണ് ഒരു ചെറുപ്പക്കാരൻ വിയർത്തൊലിച്ച് ഓടിക്കിതച്ചെ ത്തിയത്.

'സാറേ, ഇതാ പേപ്പറുകൾ. എല്ലാം ഉണ്ട്.'

'നിന്നെത്തന്നെയാടാ എനിക്ക് കിട്ടേണ്ടത്. എന്തെങ്കിലുമൊന്ന് കിട്ടി യാ എന്താന്നും ഏതാന്നും നോക്കാണ്ട് ഓടിക്കളയലാ. നോക്ക്യാട്ടേ, ഇതി യാളുടെ പേപ്പറാ. നിന്നെയെല്ലാം ചവുട്ടിക്കൂട്ടാനാളില്ലാഞ്ഞിറ്റാ...' എസ്.ഐ കരിമ്പുക ചീറ്റിക്കൊണ്ടിരുന്നു.

മറുവാക്കൊന്നും പറയാതെ ആ ചെറുപ്പക്കാരൻ വിനീതവിധേയനാ യി തൊഴുതുനിന്നു. മുറുമുറുപ്പിന്റെ ഭാണ്ഡക്കെട്ടുകൾ മുറുക്കിക്കെട്ടി അയാളും സുഹൃത്തും ബൈക്കിൽ കയറി.

കെ.എസ്.ടി.പി റോഡ് പണിയുടെ പൊടിപടലങ്ങൾക്കിടയിലൂടെ പി ഴയടച്ച രശീതിയുടെ അമർഷപ്പുക ചീറ്റി അയാൾ ബൈക്ക് കത്തിച്ചു വിട്ടു.

മൈക്കിന്റെ ശബ്ദം കേട്ടുതുടങ്ങി. അതെ പാട്ടാണ്. പായത്തെ പുക ഴ്പെറ്റ വായനശാലയുടെ മുറ്റത്താണ് പരിപാടി.

'വായനശാലയിലേക്ക് വരല്ലേനീയെൻ ദൈവമേ...' എന്ന് തുടങ്ങുന്ന അത്യന്തം മതേതരമായ പാട്ടാണ് കേൾക്കുന്നത്. വല്ലാതെ ദാഹിക്കു ന്നുണ്ട്. ഒരു ചായ കുടിച്ചിട്ടാകാം യാത്രയെന്ന് കരുതി. മെലിഞ്ഞുണ ങ്ങിയ ഒരു ചായക്കടക്കരികിൽ അയാൾ വണ്ടി നിർത്തി. കാലഹരണ ത്തിന്റെ പടവുകൾ ഇറങ്ങിക്കൊണ്ടിരിക്കുന്ന ആ ചായക്കടയിലെ മധു രം മോന്തിയശേഷം ഉദ്ഘാടനവേദിയിലേക്ക് കയറി.

ചെറിയ സ്വാഗതപ്രസംഗത്തിനും അധ്യക്ഷഭാഷണത്തിനും ശേഷം ഉദ്ഘാടകന്റെ ഊഴമായി. വൈകിയെത്തിയതിന്റെ കാരണം വ്യക്തമാ ക്കിക്കൊണ്ട് പ്രസംഗമാരംഭിച്ചു. ആയിരംരൂപ പിഴയൊടുക്കിയാണ് വ ന്നിരിക്കുന്നതെന്നറിഞ്ഞ സദസ്സ് നിശ്ചലമായി. പരിപാടി കഴിഞ്ഞ് വാ യനശാലയിലെ സന്ദർശകപുസ്തകത്തിൽ എഴുതിയശേഷം പോകാനൊ രുങ്ങുമ്പോൾ സംഘാടകരിലൊരാൾ ഒരു കവർ പോക്കറ്റിലിട്ടു പറഞ്ഞു. 'കമ്മിറ്റി കടത്തിലാണേ.' ആളുകൾ ചുറ്റിലുമുള്ളപ്പോൾ കവർ തുറന്നു നോക്കുന്നതെങ്ങനെ?

ഗ്രാമഭംഗി ആസ്വദിച്ചുകൊണ്ട് ഒരു തിരികെ യാത്ര. ഹെൽമെറ്റ് ഊരി വെക്കാതെങ്ങനെ യാത്ര ആസ്വദിക്കും? കുറച്ചുദൂരം മുന്നോട്ടുപോയപ്പോൾ ഒരു മൂത്രശങ്ക.

ഈയിടെയായുള്ള പ്രശ്നമാണ്. മുട്ടിയാൽ അധികസമയം പിടിച്ചുനിൽക്കാനാവില്ല. അഞ്ചുമിനുട്ടുകൊണ്ട് വലിഞ്ഞ് മുറുകി പൊട്ടിപ്പോവുന്ന അവസ്ഥ. ആളില്ലാത്ത സ്ഥലംനോക്കി വണ്ടി നിർത്തി സുഹൃത്തിനോട് ചോദിച്ചു. 'നിങ്ങൾക്ക് ഒഴിക്കണോ?'. 'ഏയ് വേണമെന്നില്ല.' സുഹൃത്ത് നയം വ്യക്തമാക്കി.

ജീവിതത്തിലേറ്റവും വലിയ സുഖമാണ് പിടിച്ചുവെച്ച മൂത്രം ഒഴിക്കുമ്പോൾ കിട്ടുന്നതെന്ന് അയാൾ ഓർത്തു. സുഖമല്ലിത്. പരമാനന്ദം തന്നെ.

'എന്നാപ്പിന്നെ ഞാനും ഒഴിച്ചുകളയാം. എന്തായാലും വണ്ടി നിർത്തിയതല്ലേ.'

സുഹൃത്ത് ഒരുമയുടെ നാട്ടുശീലത്തിന് തുടികൊട്ടി.

പോക്കറ്റിലെ കവർ എത്തിനോക്കുന്നുണ്ട്, ഒന്ന് തുറന്നുനോക്കിയാലോ, ആയിരത്തിന്റെ കദനകഥയൊക്കെ പറഞ്ഞതാണ്.

ഓ ഒന്നല്ല, കുറെയുണ്ട്. അതെ നൂറിന്റെ മൂന്ന് നോട്ടുകൾ. മൂന്ന് ഗാന്ധിമാർ പുഞ്ചിരിക്കുന്നു. കവർ കുത്തിമടക്കി പോക്കറ്റിലിട്ട് അയാൾ യാത്ര തുടർന്നു.

പഞ്ചായത്ത് അതിർത്തിയടുക്കാറായി. വഴിയിലതാ ഒരു കാക്കിവേഷധാരി കൈനീട്ടുന്നു. ഹെൽമെറ്റിട്ടിട്ടില്ല. വീണ്ടും പിഴ. കരിമ്പുകപ്പിഴ രശീതിനായി അയാൾ പോക്കറ്റിൽ തപ്പി.

വണ്ടി നിർത്തി ചുറ്റിലും നോക്കിയപ്പോൾ പോലീസ് ജീപ്പൊന്നും കാണാനില്ല. പക്ഷേ, നിറയെ കയ്പ്പക്ക നിറച്ച ഒരു പിക്കപ്പുണ്ടായിരുന്നു. തലയിൽനിന്ന് തൊപ്പിയൂരി പുറകിൽ പിടിച്ച് കാക്കി വേഷധാരി വിനയാന്വിതനായി ചോദിച്ചു. 'സർ, കൊറച്ച് കയ്പ്പക്കയെടുക്കട്ടെ. കച്ചോടെല്ലാം വളരെ പോക്കാ. 2 കിലോക്ക് 50 രൂപയേ ഉള്ളൂ. സർ പ്ലീസ്...'

ദേഷ്യംകൊണ്ട് വിറച്ചുതുടങ്ങിയ അയാൾക്ക് ഒന്നും പറയാനായില്ല. സുഹൃത്താണ് പൊട്ടിത്തെറിച്ചത്.

'എടോ നിന്നെയൊക്കെ പിടിച്ച് പോലീസിലിലേൽപ്പിക്കേണ്ടതാ. ആൾമാറാട്ടത്തിന് വേഷം കെട്ടി ആളെ പറ്റിക്കലാ...'

'സർ, സോറി. ജീവിക്കാൻ വേണ്ടി. ഡിഗ്രി വരെ പഠിച്ചതാ. മറ്റു ജോലിയൊന്നും ആയില്ല. രാവിലെ മുതല് കച്ചോടമൊന്നും നടന്നില്ല. അതാ ഒരു വേഷംകെട്ടെടുത്തത്. സോറി സർ. രണ്ടുകിലോ കയ്പ്പക്ക...'

മുറുമുറുപ്പിന്റെ കെട്ടഴിച്ചുവിട്ട് അയാൾ ദീർഘനിശ്വാസം വിട്ട് പോക്കറ്റിൽ കയ്യിട്ട് കവർ പുറത്തെടുത്തു. അതെ ഇന്നത്തെ ദിവസത്തിന്റെ ഓർമ്മയ്ക്ക് കയ്പ്പക്കയാണ് അത്യുത്തമം. ഇരിക്കട്ടെ രണ്ടുകിലോതന്നെ.

സുഹൃത്തിനെ വീടിനടുത്തിറക്കി അയാൾ വീട്ടിലേക്ക് തിരിച്ചു. പലഹാരപ്പൊതിക്ക് പകരം കയ്പ്പക്ക സഞ്ചി കണ്ട കുട്ടികൾ മുഖംവീർപ്പിച്ച് തിരിഞ്ഞുനടന്നു.

ഭാര്യ ഊറിചിരിച്ചുകൊണ്ട് പറഞ്ഞു, 'അതേയ് മക്കളേ ഇതിന് നല്ല ഇരുമ്പുസത്താ. മൂന്ന് നേരോം ജ്യൂസാക്കിത്തരാം. മാത്രമല്ല, അനീമിയക്ക് ബെസ്റ്റാ. വിളർച്ചയ്ക്ക് നല്ലതാ.'

ചുറ്റിലും ചുഴ്ന്നുനിൽക്കുന്ന കരിമ്പുക വകഞ്ഞുമാറ്റി അയാൾ അകത്തേക്ക് കയറിപ്പോയി.

ന്യൂസ് അവർ

രാവിലെ ഒന്നിനും സമയം കിട്ടാറില്ല. അഥവാ സമയം കിട്ടിയാലും പത്രവായന മെനക്കെട്ട പണിതന്നെ. ഉണക്കിയ കുരുമുളക് മണികൾ മുറത്തിലിട്ട് പാറ്റിയെടുക്കുമ്പോൾ ചിതറിപ്പോയത് വാരിയടുപ്പിക്കുന്നതു പോലെ അക്ഷരമണികൾ തടുത്തുകൂട്ടി വായിച്ചെടുക്കുമ്പോഴേക്കും പോകേണ്ട സമയമാകും. മങ്ങിത്തുടങ്ങിയ അക്ഷരങ്ങൾ അയാളെ വെല്ലുവിളിച്ചുതുടങ്ങിയിരിക്കുന്നു. വെല്ലുവിളി ഏറ്റെടുക്കാനാണ് ഒരു കണ്ണട വാങ്ങിയത്. പക്ഷേ, അതൊരു ശീലമാക്കാനാവുന്നില്ല. മൂക്കിലുറക്കാത്ത കണ്ണടയായി...സൈ്വര്യവിഹാരത്തിന് തടസ്സമായി അതങ്ങനെ നില്ക്കുകയാണ്. ഓ സാരമില്ല...രാത്രിയിൽ ന്യൂസ് അവർ കാണാമല്ലോ. താനൊരു അധ്യാപകനാണ്. ആരാണ് എന്താണ് ചോദിക്കുകയെന്ന് പറയാൻ വയ്യ. പ്രത്യേകിച്ചും രാഷ്ട്രീയം...

രാത്രി ഭക്ഷണം കഴിഞ്ഞ് സോഫയിൽ ചാഞ്ഞിരുന്ന് അയാൾ ന്യൂസ് അവറിലേക്ക് ഇറങ്ങിപ്പോയി. ബെഡ് റൂമിലേക്ക് കയറിപ്പോയ ഭാര്യ അല്പസമയം കഴിഞ്ഞ് ഗോവണി ഇറങ്ങിന്നു.

'ഏതായാലും എന്റെ സീരിയല് നിങ്ങള് മൊടക്കി. കുറേക്കാലമായില്ലേ നിങ്ങള് പറയ്ന്ന് ന്യൂസ് അവർ കാണാൻ. ഞാനും ഒന്ന് കാണട്ടെ, നിങ്ങളെ ന്യൂസ് അവർ. എന്താ സന്തോഷായില്ലേ...'

'ഞാനെന്തായീ കേൾക്കുന്നത്...ഇതെന്തുപറ്റി നിനക്ക്, വാ വന്നടുത്തിരിക്ക്.' അയാൾ ഒന്നനങ്ങിയിരുന്നു.

സുദീർഘമായ ഒരുമണിക്കൂർ വാർത്തയിൽ കുളിച്ച് കടന്നുപോയി. ഒടുവിൽ അസ്വസ്ഥതയുടെ ശരീരഭാഷയുമായി ഭാര്യ എഴുന്നേറ്റു.

'നിങ്ങള് പറയുന്നത് കേട്ടിട്ട് ഞാൻ വിചാരിച്ചത് ഇത് ഭയങ്കര സംഭവാന്നാ. എന്താ മനുഷ്യാ ഈയൊരു മണിക്കൂറ് നിങ്ങള് കണ്ടതും കേട്ടതും. അങ്ങോട്ടും ഇങ്ങോട്ടും പെരുന്തച്ചന്റെ മരപ്പാവയെപ്പോലെ തമ്മിൽ തുപ്പലും മുഖത്തടിയുമല്ലാതെ വേറെന്താ ഇതിലുള്ളത്. ഇതിനേക്കാൾ എത്രയോ നല്ലതല്ലേ നമ്മളെ സീരിയല്. നിങ്ങളെന്താ ഒന്നും മിണ്ടാത്തത്.' അവൾ എളിയിൽ തിരുകിയ വാക്കത്തികൾ തലങ്ങും വിലങ്ങും വീശി ചീറിയടുക്കുകയാണ്. ഒഴിഞ്ഞുമാറുകതന്നെ.

ശരിയാണല്ലോ. കഴിഞ്ഞുപോയ ഒരുമണിക്കൂറിൽ എവിടെയായിരുന്നു

വാർത്ത? അല്ലെങ്കിലും വാർത്തയ്ക്കെന്തിനാണ് നീണ്ട ഒരു മണിക്കൂർ? ചെറുകിട കച്ചവടക്കാരനെ വിഴുങ്ങിയ ഷോപ്പിംഗ് മാളുകളെപ്പോലെ നാട്ടിലെ ചായപ്പീടികയിലും വായനശാലയിലും നടന്നിരുന്ന പത്രവായനയും ചർച്ചയും ന്യൂസ് അവർ അപ്പാടെ വിഴുങ്ങിയിരിക്കുന്നു. നമ്മൾ സഗൗരവം ഇരുന്നുകൊടുത്താൽ മതി. ബാക്കിയെല്ലാം അവതാരകൻ നോക്കിക്കൊള്ളും. സത്യത്തിൽ എന്തെല്ലാം ഉപകാരമാണയാൾ ചെയ്യുന്നത്.

നമ്മുടെ വായിലെ വെള്ളം വറ്റിക്കേണ്ട. ചിന്തിച്ച് തല പുണ്ണാക്കേണ്ട. ആരോടും കയർത്ത് സംസാരിക്കേണ്ട. ഛർദ്ദിക്കുന്നത് മൊത്തമായി വാരി വിഴുങ്ങണമെന്നുമാത്രം. നമുക്ക് സമയവും സാവകാശവുമില്ലല്ലോ. പലപ്പോഴും തമ്മിലടിയുടെ രാപ്പൂരമായി കത്തിയമരുന്ന ന്യൂസ് അവർ നമ്മുടെ ചിന്താശേഷിയെ തൊട്ടുതലോടി നമ്മെ മയക്കി കിടത്തുകയല്ലേ? ചാനലിലെ 'മണിക്കൂർവാർത്ത' ഒരു ബിരിയാണി മയക്കമല്ലേ സമ്മാനിക്കുന്നത്?

ചിന്തിച്ചിരുന്നുപോയ അയാളെ ഉണർത്തിയത് ഭാര്യയുടെ കൂർത്തുമൂർത്ത വാക്കുകളായിരുന്നു.

'ഇത് ന്യൂസ് അവറല്ല മാഷേ...ന്യൂസ് ചവറാ.'

അക്വേറിയത്തിലെ അകക്കാഴ്ചകൾ

ശൈശവബാല്യകാലങ്ങൾക്ക് സ്ഫടികജലസമാനമായ തെളിമയും സ്വർണ്ണവർണ്ണവും പകർന്നു നൽകിയ മീനുകൾ അയാൾക്ക് ഹരമായിരുന്നു. കൈയും മെയ്യും വീടും മറന്ന് ഓടിനടന്ന് മീൻ പിടിക്കാൻ അലഞ്ഞ തോട്ടുവക്കുകളിലെ ഉരുളൻകല്ലുകൾ അടർന്ന് വീണിരിക്കുന്നു. തോട്ടുമീനിന്റെ രുചിയും തോട്ടുവക്കത്തെ തിരയിളക്കവും അയാളുടെ മനസ്സിലിപ്പോഴും തലയും വാലും ചിറകുമിളക്കി തെന്നിമാറിക്കളിക്കുകയാണ്.

നിസ്സാരകാര്യത്തിനുപോലും മാനസികപിരിമുറുക്കത്തിന്റെ കരിമ്പിൻ ജ്യൂസ് യന്ത്രത്തിലെ കൂർത്ത് മൂർത്ത ചക്രപ്പല്ലുകൾക്കിടയിലായിരുന്നു അയാൾ. ഓഫീസിലെ കാര്യം ഓഫീസിലിട്ടേച്ച് വരണമെന്നയാൾക്ക് അറിയാഞ്ഞിട്ടില്ല. മനസ്സ് സമ്മതിക്കുന്നില്ല. ഇതിനിടയിൽ വീട്ടുകാര്യങ്ങളും കൂടിക്കുഴയുമ്പോൾ അനുഭവിക്കേണ്ടിവരുന്നത് വീട്ടുകാരിതന്നെ. എന്താണൊരു പോംവഴി. കുടുംബസദസ്സുകളിൽ ചർച്ച ചെയ്ത് തീരുമാനമെടുത്തു. കുറച്ച് ലവ് ബേർഡ്സിനെ വളർത്താം. ആരോ പറഞ്ഞു കേട്ടിട്ടുണ്ട്; പക്ഷികളുമായുള്ള കൂട്ട് മനുഷ്യന് മനഃസമാധാനം നൽകുമെന്ന്. ആ മാസത്തെ നീക്കിയിരിപ്പുമായി പെറ്റ് ഷോപ്പിൽ പോയി കൊഞ്ചിക്കുഴഞ്ഞ് കൊക്കുരുമ്മി കലപില ശബ്ദം കൂട്ടുന്ന നാനാവർണ്ണജാലം ചിറക് നീർത്തുന്ന സ്നേഹപ്പക്ഷികളെ വാങ്ങിച്ചു. കൂടും തീറ്റയുമെല്ലാം കൂടി നല്ലൊരു തുക ചെലവായി. സാരമില്ല. മനഃസമാധാനം കിട്ടുമല്ലോ. ആദ്യദിനങ്ങളിൽ ഒന്നു തൊടാനും തീറ്റയും വെള്ളവും കൊടുക്കാനും എല്ലാരും മത്സരിച്ചു. മകനും മകളും സദാസമയവും കൂടിനടുത്തുതന്നെ. പഠനംപോലും താറുമാറായി. മനഃസമാധാനഭംഗത്തിന്റെ തിരശ്ശീല ഉയർന്നുതുടങ്ങി. ക്രമേണ വീടിന്റെ മുൻഭാഗത്ത് സ്ഥാനമുറപ്പിച്ച കൂട് പിൻഭാഗത്ത് വിറകുപുരയുടെ ഓരത്തായി മാറി. തീറ്റയും വെള്ളവും കൊടുക്കൽ വല്ലപ്പോഴുമായി. അവഗണന നന്നായി മനസ്സിലാക്കിയ സ്നേഹക്കുരുവികൾ ബഹളം കൂട്ടി പ്രതിഷേധിച്ചു. അസഹ്യമായപ്പോൾ ഭാര്യ പ്രതികരിച്ചു. അതിശക്തമായിതന്നെ.

'സദാസമയം നോക്കുമ്പൊ കലപിലാന്ന്..ഒന്ന് കെടന്നൊറങ്ങാൻ പറ്റാണ്ടായി. നിങ്ങളീറ്റിങ്ങളെ ആർക്കെങ്കിലും കൊടുക്കുന്നോ,അതോ ഞാനെ

ന്തെങ്കിലും ചെയ്യമോ. നിങ്ങളെന്താ മനുഷ്യാ മുട്ടയിട്ട തേങ്ങ പോലെയിരിക്ക്ന്നത്.'

'അത്...ഞാനും...എന്നാപ്പിന്നെ ഒഴിവാക്കിക്കളയാം എല്ലേ.'

തന്റെ മനസ്സ് വായിച്ചതുപോലെ ഭാര്യ പറഞ്ഞപ്പോൾ തിരക്കുള്ള ബസ്സിൽ സീറ്റുകിട്ടിയവനെപ്പോലെ അയാൾ ആശ്വസിച്ചു.

'പക്ഷേ, പക്ഷികളെ കടക്കാരനെടുക്കും. കൂടിന്റെ കാര്യം....'

ഒരുകാര്യം ചെയ്യാ. നമ്മക്ക് കൊറച്ച് മുയലിനെ വാങ്ങാം. ആർക്കും ഒരു ശല്യേം ഇല്ല. പാവങ്ങൾ...കണ്ടോണ്ടിരിക്കാൻ നല്ല രസാ.'

'അതു ശരിയാ. കൂട് വെറുതെ വെക്കണ്ടല്ലോ. ഈടെയാണെങ്കില് മുരിക്കിൻചപ്പ് ഇഷ്ടംപോലെയുണ്ട്താനും.'

ദീർഘലീവിനുള്ള അപേക്ഷയിൽ മേലുദ്യോഗസ്ഥന്റെ മേലൊപ്പ് ലഭിച്ചതുപോലെ അയാൾ സന്തോഷിച്ചു. അങ്ങനെ അരുമകളായ രണ്ട് മുയൽക്കുഞ്ഞുങ്ങൾ വീട്ടിലെത്തി. കുസൃതി കളിയാടുന്ന ചുവന്ന വട്ടക്കണ്ണും ചോരച്ച ഞരമ്പുകൾ എഴുന്നുനിൽക്കുന്ന കൂർ മ്പൻചെവിയും പഞ്ഞിക്കെട്ടുപോലുള്ള ശരീരവുമായി അവറ്റകളുടെ പതുങ്ങിയിരുത്തവും തീറ്റയും ഏറെ കൗതുകമുണർത്തി വീടിനെ പൊതിഞ്ഞുകൊണ്ടിരുന്നു. രണ്ടുകാലിൽ എഴുന്നുനിന്നുള്ള അവയുടെ നോട്ടം മനഃസമാധാനത്തിന്റെയും മാനസികോല്ലാസത്തിന്റെയും വഴികളിലെ വിസ്മയക്കാഴ്ചകളായിരുന്നു. ചോട്ടുവും മോട്ടുവുമായി അവ എല്ലാവരുടെയും മനോമുറ്റങ്ങളിൽ ഓടിക്കളിച്ചു.

വീട്ടുപറമ്പിലെ മുരിക്കില തീരുന്നതുവരെ വലിയ പ്രശ്നങ്ങളില്ലായിരുന്നു. അയൽപ്പക്കത്തെ പറമ്പുകളിൽ പോയി മുരിക്കില പറിച്ചെടുക്കാനും ആദ്യമൊക്കെ മകൻ ഉത്സാഹം കാണിച്ചു. അവൻ മടിച്ചുതുടങ്ങിയതും മനഃസമാധാനഭംഗം കൊടിപിടിച്ചുതുടങ്ങിയതും ഒരേ സമയത്തായിരുന്നു. അതൊരു ഘെരാവോയുടെ ഘട്ടത്തിലെത്തുംമുമ്പേ ഇടപെട്ടേ മതിയാവൂ. രാവിലത്തെ യോഗയും കഴിഞ്ഞ് മുരിക്കിലയും തേടിയുള്ള തന്റെ യാത്ര പലരും അറിഞ്ഞുകഴിഞ്ഞിരിക്കുന്നു. ചിലർ പരിഹാസച്ചിരിയും സമ്മാനിക്കുന്നുണ്ട്. അങ്ങനെയിരിക്കെ മുയലുകൾക്ക് മുരിക്കിലയിട്ടുകൊടുക്കുകയായിരുന്ന മോളാണത് കണ്ടത്.

'അമ്മേ...അച്ഛാ..ഓടിവാ..ചോട്ടൂന്റെ വാലിന്റടുത്തിതാ നിറച്ചും ചോര. വേറെന്തോ അനങ്ങുന്നതും കാണുന്നുണ്ട്.'

ഓടിവന്ന ഭാര്യക്ക് കാര്യം പിടികിട്ടി.

'മോളേ ഇത് നമ്മളെ ചോട്ടു പ്രസവിച്ചതാ. ഇതാ കണ്ടോ.'

രോമമില്ലാത്ത ചോരക്കുഞ്ഞുങ്ങളെ പതുക്കെയെടുത്ത് തുണിയിൽ

വെക്കുമ്പോൾ ഈറ്റെടുപ്പിന്റെ നിർവൃതിയിലായിരുന്നു അവൾ. കണ്ണിനും മനസ്സിനും കുളിർമയേകി കുഞ്ഞുങ്ങൾ കളിച്ചുവളർന്നു. കുട്ടികൾ സദാസമയവും മുയൽക്കൂടിനരികിൽ അവയെ ഓമനിച്ചുകൊണ്ടിരുന്നു.

ഒരുദിവസം പഞ്ചായത്ത് ബോർഡ് മീറ്റിംഗിൽ പങ്കെടുത്തുകൊണ്ടിരിക്കുമ്പോഴായിരുന്നു അവളുടെ ഫോൺ വന്നത്.

'ഏട്ടാ നമ്മളെയാ മുയലിനെയെല്ലാം ഒരു ചേര വന്നിറ്റ് കടിച്ചുകൊണ്ടുപോയി. കുഞ്ഞുങ്ങളെ കടിച്ചെടുത്തിറ്റ് അതിനെയൊരു പൊളപ്പും പെടപ്പും ഒന്നു കാണേണ്ടതേനും. നിങ്ങള് നേരത്തെ വരോ.'

ഒറ്റശ്വാസത്തിന് അവൾ പറഞ്ഞവസാനിപ്പിക്കുമ്പോഴും കിതച്ചുകൊണ്ടിരുന്നു. വീട്ടിലെത്തിയ അയാൾ ഹൃദയഭേദകമായ ആ കാഴ്ചകണ്ട് തളർന്നിരുന്നുപോയി.

'ഇനിയിത് ശരിയാവൂലേ ഏട്ടാ.'

മനഃസമാധാനം ഉണ്ടാകാൻ കൊണ്ടന്നത് ഇങ്ങനെയായി. പാമ്പ് കടിച്ചിറ്റ് മരിക്കാനൊന്നും കയ്യൂല.'

'അതിനിത് ചേരപ്പാമ്പല്ലേ...ചേര കടിച്ചാ മരിക്കൊന്നില്ല.'

'അതല്ല ഏട്ടാ നമുക്കിനിയിത് ഇവിടെ വേണ്ട. പാമ്പ് വീട്ടില് കേരിയാ എല്ലാം തീർന്നെന്ന് പറഞ്ഞാ മതി.'

ധർമ്മസങ്കടത്തിലായ അയാൾക്ക് അവളുടെ മനസ്സൊത്ത് പ്രവർത്തിക്കാതിരിക്കാൻ കഴിഞ്ഞില്ല. വേദനിപ്പിക്കുന്ന പല്ല് പറിച്ചെടുക്കുന്നതുപോലെ അയാൾ കൂടടക്കം മുയലിനെ വിൽക്കാൻ തീരുമാനിച്ചു. ഇനി മനസ്സമാധാനത്തോടെ ഉറങ്ങാം.

അങ്ങനെയിരിക്കെ മകളെ കാണിക്കാനായി അയാൾ ആശുപത്രിയിലെത്തി. ടോക്കൺ വിളിക്കായി കാത്തിരിക്കുമ്പോഴാണ് മുന്നിലുള്ള അക്വേറിയം ശ്രദ്ധയിൽ പെട്ടത്. കമനീയമായി ഒരുക്കിവെച്ച അക്വേറിയത്തിലെ കല്ലുകളും ചെടികളും ശംഖുകളും മോട്ടോറിന്റെ ഗുളു ഗുളു ശബ്ദവും അയാളെ പിടിച്ചുവലിച്ചു. കറുത്ത നീളൻശരീരത്തിൽ വെള്ളിവരയുള്ള മീനും തലയിൽ ഭൂഗോളം ചുമക്കുന്ന മീനും സ്വർണ്ണമത്സ്യങ്ങളും അയാളെ ചൂണ്ടയിൽ കൊളുത്തിവലിക്കുകയായിരുന്നു.

ഊണുകഴിഞ്ഞ് കിടന്നപ്പോൾ അയാൾ ഭാര്യയോട് ചോദിച്ചു.

'നീയാ ആസ്പത്രീലെ അക്വേറിയം കണ്ടിട്ടില്ലേ...എന്തൊരു രസാ അത്.'

'എന്താ ഇനി അയിറ്റങ്ങളെ പാപോംകൂടി മേടിച്ച് കെട്ടണേരിക്കും.'ഇത്തവണ രാകിമിനുക്കിയ വാളുകൊണ്ടാണവൾ പയറ്റിയത്.

'അതല്ലെടോ, പിരിമുറക്കം നിറഞ്ഞ ജീവിതത്തില് അക്വോറിയം വലി

യ ആശ്വാസം തരുമെന്നാ മാനസികവിദഗ്ദ്ധർ പറയുന്നത്.'

'ഓഹോ നിങ്ങൾക്കെന്തിനും കൂട്ടുപിടിക്കാനാളുണ്ടല്ലോ. ഇതിപ്പാരാ വിദഗ്ദ്ധന്മാര് തന്നെയാണല്ലോ.'

'ഓ മതി...മതി... നീ അധികം പറയൊന്നും വേണ്ട. ഒരഭിപ്രായം ചോദിച്ചെന്ന് വെച്ചിറ്റ്...ഇങ്ങനെയുണ്ടോ ഒരു തലേല് പാഞ്ഞ് കേറല്.'

'അതെ അച്ഛാ...അക്വേറിയം വേണം. അതാകുമ്പോ ഒരു ശല്യോം ഉണ്ടാവൂല...'

മകന്റെ പിന്തുണ പാറപോലെ ഉറച്ചതായിരുന്നു.

'അത് ശരിയാ മോനേ..വല്ലപ്പോഴും എന്തെങ്കിലും തിന്നാൻ കൊടുക്കണം. അത്രതന്നെ.'

'നിങ്ങളെന്ത് പറഞ്ഞാലും ഞാനിതിന് സമ്മതിക്കൂലാ.'

അവൾ വാക്കത്തി കുത്തിനിർത്തി.

അങ്ങനെ ശക്തമായ വിയോജനക്കുറിപ്പോടെയാണെങ്കിലും അക്വേറിയം പാസ്സായി.

നല്ലൊരു തുക ചെലവായെങ്കിലും മനസമാധാനം കിട്ടുമല്ലോ. അത്യുത്സാഹത്തിന്റെ കുതിരപ്പുറത്തിരുന്ന് അച്ഛനും മകനും സഞ്ചരിച്ചുകൊണ്ടിരുന്നു.

സ്വീകരണമുറിയിൽ ഇരുമ്പ് ചട്ടത്തിൽ ഉറപ്പിച്ച ഒരു കൊച്ചുവീടിന്റെ മാതൃകയിലുള്ള അക്വേറിയം എല്ലാവർക്കും ഇഷ്ടമായി. മീനുകളുടെ ഇരകൊത്തലും പരക്കംപാച്ചലും സ്നേഹപ്രകടനങ്ങളും ഭാര്യയെപ്പോലും ആഹ്ലാദിപ്പിച്ചുകൊണ്ടിരുന്നു. അവളിപ്പോൾ അവ യ്ക്ക് ഭക്ഷണം നൽകാനും തുടങ്ങിയിരിക്കുന്നു. എല്ലാംകൊണ്ടും സുഖം സുഖകരം.

ഒറ്റ വിഷമമേയുള്ളു. ആഴ്ചയിലുള്ള കഴുകി വൃത്തിയാക്കൽ. ഒരു മണിക്കൂറെങ്കിലും വേണം. ആദ്യമൊക്കെ എല്ലാവരും സഹായിച്ചിരുന്നു. പതുക്കെ ഉറച്ച പിന്തുണ നൽകിയ മകനും കയ്യൊഴിഞ്ഞു. ഇപ്പോഴിത് അയാളുടെ പണി മാത്രമായി. മാത്രമല്ല, മീനുകളോരോന്നായി ചത്തുപൊങ്ങാനും തുടങ്ങിയിരിക്കുന്നു. ആകെക്കൂടി ഒരു സുഖമില്ലായ്മ.

അസ്വസ്ഥതയുടെ കുറുക്കൻഞണ്ടുകൾ കത്രികയും മുള്ളുമായി അക്വേറിയത്തിലൂടെ പാത്തും പതുങ്ങിയും നടന്നുതുടങ്ങി. ക്രമേണ ടാങ്ക് കഴുകി വൃത്തിയാക്കുന്നത് മാസത്തിലൊരിക്കലായി. മീനുകൾ ഒന്നൊന്നായി ചത്തൊടുങ്ങി. മനഃസമാധാനത്തിന്റെ സ്വർണ്ണമത്സ്യങ്ങൾ തന്റെ അക്വേറിയത്തിലില്ലെന്ന് മനസ്സിലാക്കിയ അയാൾ ആ ശ്രമവും എന്നന്നേക്കുമായി ഉപേക്ഷിച്ചു.

ഒരു ഒഴിവുദിവസം മാറാല തട്ടിയെടുക്കുന്നതിനിടയിൽ സ്റ്റെയർ കെയ്

സിനടിയിൽ അക്വേറിയം കണ്ടപ്പോൾ അയാൾ ഓർത്തു.

പുറംകാഴ്ചകൾ എന്നും അക്വേറിയത്തിലെ സ്വർണ്ണമത്സ്യങ്ങളെപ്പോലെയാണ്. അകക്കാഴ്ചകൾക്ക് തോട്ടുമീനിന്റെ നിറവും ഗന്ധവുമാണ്. മനസ്സിനുള്ളിലെ അക്വേറിയം കഴുകിത്തുടച്ച് സ്ഫടികജലം നിറച്ചാൽ സ്വർണ്ണമത്സ്യങ്ങൾ ഏറ്റുമീനുകളെപ്പോലെ കയറിവന്ന് തലയും വാലും ചിറകുമിളക്കി നീന്തിത്തുടിച്ചോളും. അപ്പോൾ മനഃസമാധാനം അക്വേറിയത്തിലെ ജലശുദ്ധീകരണയന്ത്രംപോലെ പ്രവർത്തിക്കും.

ഒതുക്ക്

ആ കണ്ണുകളിലെ ദൈന്യതയ്ക്ക് ആഴക്കടലിന്റെ അഗാധതയുണ്ടായിരുന്നു. വർഷങ്ങൾക്കുശേഷം കണ്ടുമുട്ടിയപ്പോൾ കുറെനേരം ഒന്നും മിണ്ടാതെ നോക്കിനിന്നു. വ്യത്യസ്തകോളേജുകളിലാണ് പഠിച്ചിരുന്നതെങ്കിലും വിദ്യാർത്ഥി രാഷ്ട്രീയ പ്രവർത്തനത്തിന്റെ ചൂടും ചൂരും നിറഞ്ഞ ഭൂമികയിൽ അവർ സഹപാഠികളെക്കാളും നല്ല ബന്ധത്തിലായിരുന്നു. എല്ലാം പറഞ്ഞറിഞ്ഞപ്പോൾ കുറേനേരത്തേക്ക് അവർക്കിടയിൽ ഒരു മൗനവല്മീകം ഉയർന്നുവന്നു.

ജീവിതാകാശം വികസ്വരമാക്കാൻ ഏറെ കഴിവുകളും സാധ്യതകളുമുള്ള താൻ ഒതുങ്ങിപ്പോകലിന്റെ ഒതുക്കുകല്ലുകൾ ഇറങ്ങിപ്പോയതിന്റെ കദനകഥ പറഞ്ഞവസാനിച്ചപ്പോഴും കണ്ണീരിന്റെ നേരിയ നനവുപോലും ആ മിഴിക്കോണിൽ കണ്ടില്ല. എന്നിട്ടും ആഴങ്ങളിൽ ബഹിർസ്ഫുരണത്തിനായി വെമ്പിനിൽക്കുന്ന ഗർഭനീരിന്റെ നനവ് ആ കണ്ണുകളിൽ അയാൾ വായിച്ചെടുത്തു. നാടിന്റെ ചെറുസ്പന്ദനംപോലും നിരീക്ഷിച്ച് കലാശില്പങ്ങളായി അവതരിപ്പിക്കുന്ന സാംസ്കാരികസംഘടനയുടെ സജീവപ്രവർത്തകയായി അഭിനയിക്കാതെ ജീവിച്ച അവളുടെ നേർചിത്രം അയാൾക്ക് പൊരുത്തപ്പെടാനാവാത്ത യാഥാർത്ഥ്യമായി മുന്നിൽ കരിന്തിരി കത്തിപ്പടർന്നു. ആളിക്കത്തുന്നവർക്കും മിനിഞ്ഞ് കത്തുന്നവർക്കും, അമർന്ന് കത്തുന്നവർക്കും ഇടയിൽ ഒരു കരിന്തിരി. ഏതായാലും കൂടുതലറിയണം. ആ ജീവിതം ഒന്നടുത്തുനിന്ന് കണ്ടറിയണം.

'ഹലോ ഞാനാണ്. ഇന്ന് വീട്ടിൽത്തന്നെ കാണുമല്ലോ...ഞാൻ വര്ന്ന്ണ്ട്.'

'ഏയ് ഇന്ന് വരണ്ട. വേറെയൊരു ദിവസം വന്നാ മതി. ഞാൻ വിളിക്കാം.'

'അതൊന്നും പറ്റൂല. ഞാൻ വെരും.'

'പ്ലീസ് ഇന്നാരും ഇവിടെയില്ല. ഞാൻ പറഞ്ഞിട്ട് വന്നാമതി. പ്ലീസ്.'

'ശരി, എന്നാപ്പിന്നെ അങ്ങനെയാവട്ടെ. നീ വിളിക്ക്.'

മാസങ്ങൾ കടന്നുപോയിട്ടും വിളിയൊന്നുമുണ്ടായില്ല. ഏതായാലും പോയിക്കണ്ടേ മതിയാവൂ. ഏകദേശധാരണയോടെ ബൈക്ക് സ്റ്റാർട്ടാക്കി യാത്ര തിരിച്ചു. സ്ഥലസൂചനകൾ ആശയക്കുഴപ്പമുണ്ടാക്കിയപ്പോൾ

വിളിച്ചു.

'ഇന്നെന്തായാലും വീട്ടിലുണ്ടാവ്വല്ലോ. ഞാനിതായെത്തി. മൺ റോഡ്മ്മന്ന് മുന്നോട്ടു വന്നിറ്റ് ഏട്ന്നാ തെറ്റേണ്ടത്.'

'അയ്യോ...എത്തിയാ...എനിയെന്താ ഇപ്പം ചെയ്യാ. ആട്ന്ന് റബ്ബറിന്റെ സൈഡിലൂടെ താഴോട്ട്...'

ചരൽറോഡിലൂടെ ടൂവീലറിറക്കുന്നത് ഒരു ഡ്രൈവിംഗ് ടെസ്റ്റാണ്. സെക്കന്റ് ഗിയറിൽത്തന്നെ പോവാം. കുറച്ചെണ്ണ കത്തിയാലും സാരമില്ല. വണ്ടിയുടെ ശബ്ദം ഒരു ഗൗരവക്കാരന്റേതായി മാറി. മഴയിൽ ഒലിച്ചുപോയ മണ്ണ് ചിലയിടങ്ങളിൽ വട്ടച്ചുഴികൾ തീർത്തിട്ടുണ്ട്. റോഡിന്റെ മാറിലെ നീർച്ചാലുകൾ വരൂൾക്കൈക്കോട്ടിന്റെ ചാലുപോലെ നീണ്ടുനിവർന്നുകിടക്കുന്നു. തലനീട്ടിയും ഏന്തിവലിഞ്ഞും നിലാവത്തിറങ്ങിയ കോഴിയെപ്പോലെ അയാൾ വീടന്വേഷിച്ചുകൊണ്ടിരുന്നു. ഒരു വീടിന്റെ ഗെയ്റ്റിനരികിൽ കയ്യിലൊരു കത്തിവാളുമായി 'ഉമ്മക്കുട്ടി'യെപ്പോലെ അവൾ നിൽക്കുകയാണ്. പറിച്ചിട്ട തേങ്ങകൾ ഒരിടത്ത് കൂട്ടിയിടുകയാണവൾ. ചൂരിദാർ ഷാൾ തലയിലിട്ട് കഥാനായിക തന്റെ കവുങ്ങരിപ്പല്ലുകൾ കാട്ടി ചിരിച്ച് വീട്ടിലേക്ക് ക്ഷണിച്ചു. ഗൗരവപ്രകൃതി വെടിഞ്ഞ വണ്ടി മുറ്റത്തേക്ക് പാഞ്ഞുകയറി. പഴമയും പുതുമയും സമ്മേളിക്കുന്ന വീടിന്റെ മുഖച്ഛായ ശ്രദ്ധിച്ചുകൊണ്ടാണ് അയാൾ വണ്ടിയിറങ്ങിയത്.

തലമുടിയും ഉടയാടകളും ഒതുക്കിക്കൊണ്ട് ചമ്മലിന്റെയും വെപ്രാളത്തിന്റെയും നടുവിൽ പറമ്പിൽ പണിയെടുത്തുകൊണ്ടിരിക്കുന്ന വൃദ്ധസ്ത്രീയോട് അവൾ പറഞ്ഞു. ' ഇതാണ് ഞാനിപ്പോ പറഞ്ഞവൻ. ദുഷ്ടൻ...ബാ കേറിയിരിക്ക്.'

വിവാഹം കഴിഞ്ഞശേഷം ആദ്യമായി ഭർതൃവീട്ടിലെത്തുന്ന ആങ്ങളയെ സ്വീകരിക്കുന്ന വെപ്രാളത്തോടെ അവൾ കസേര ചൂരിദാർ ഷാളുകൊണ്ട് തുടച്ചുകൊണ്ടിരുന്നു.

'ഈടയാണെങ്കില് ഒരു വസ്തും ഈല്ല. ഒന്ന് മര്യാദയ്ക്ക് അടിച്ചുവാരീറ്റും ഇല്ല. ചോറ് വെച്ചിറ്റില്ല. എന്താ ഇനിക്കൊന്നും തരൂല. നോക്കിക്കോ...ഞാൻ പറഞ്ഞതല്ലേ വിളിച്ചിറ്റ് വന്നാ മതീന്ന്.'

'അതിനാരിക്കാടോ നിന്റെ ചോറ് വേണ്ടത്. ഞാൻ വെറുതെയൊന്ന് കാണാൻ വന്നതല്ലേ.'

പഴയവീട് പൂർണ്ണമായി പൊളിച്ചുമാറ്റാതെ കിണർ നിലനിർത്തി വിസ്തൃതമാക്കിയ രണ്ടുനില വീട്. പൂമുഖത്തെ ചെങ്കൽകമാനങ്ങൾ പഴയ തറവാടുവീടുകളുടെ ഗരിമ വിളിച്ചോതുന്നു. പണിതീരാത്ത വീടിന്റെ അകക്കാഴ്ചകളിലേക്ക് നടക്കുമ്പോൾ ഒരു അസാധാരണത്വം എല്ലായിടത്തും

അയാൾക്ക് കാണാനായി. ഓരോ മുറിയും തുറന്ന് കാണിക്കുമ്പോൾ മുഖത്ത് പ്രകടമായ ഉത്സാഹവും സന്തോഷവും ജാള്യതയും വായിച്ചെടുക്കാൻ അയാൾക്ക് എളുപ്പത്തിൽ കഴിഞ്ഞു.

വീട് പൊളിച്ചപ്പോൾ താമസിച്ച മുറി, വെണ്ണീർക്കൂട, രണ്ട് നിലകളുള്ള വിറക്പുര, പഴക്കുലകൾ പഴുപ്പിക്കുന്ന പുകക്കൂട, അങ്ങിനെ ഒന്നും വിട്ടുപോകാതെ അവൾ കാണിച്ചുതന്നുകൊണ്ടിരുന്നു. ആഗതനോടുള്ള ആതിഥ്യമര്യാദ കാട്ടാൻ വാലുയർത്തിപ്പിടിച്ച് തലങ്ങും വിലങ്ങും തിക്കിത്തിരക്കുന്ന അരുമയായ പൂച്ചക്കുഞ്ഞുങ്ങൾ, പിന്നെ തെങ്ങ്, കവുങ്ങ്, പേര, ചാമ്പ, വാഴ, ഹരിതസമ്പന്നതയിൽ തണുപ്പിന്റെ കൂടാരം തീർക്കുന്ന കുളിർമ്മയുള്ള ഗൃഹാന്തരീക്ഷം.

'അല്ലെടോ...ഇതെന്തായീ വീടിങ്ങനെയിട്ടിന്?'

'പൈസ വേണ്ടേ മോനേ. നിനക്കറിയാലോ..ഓർക്ക് ശമ്പളം ഇല്ലാത്തത്. പിന്നെ നിന്നെപ്പോലത്തെ ആളല്ലേ സഹായിക്കേണ്ടത്.'

'എങ്ങനെ സഹായിക്കാൻ...പള്ളീലെക്കാര്യം അള്ളാക്കറിയാ.'

'നിന്നോട് ഞാൻ പറഞ്ഞിറ്റില്ലേ...ആ മെയിൻ റോഡിന്റടുത്തെ പത്തു സെന്റിന്റെ കാര്യം...'

'ഓ...അത്..അത് നടക്കൂന്ന് തോന്നുന്നില്ല. ഞാനെത്രയാളോട് പറഞ്ഞു നോക്കി.'

'അധികമൊന്നും വേണ്ട. സെന്റിന് ഒരു ലക്ഷം.'

'അതെല്ലം കിട്ടും. പക്ഷേങ്കില് ആ സ്ഥലത്തിന്റെ പുറകിലുള്ള ദേവസ്ഥാനോം വിളക്കും...'

'അത് തന്നെയാടോ പ്രശ്നം. ദൈവങ്ങള് മനുഷ്യനെ സഹായിക്കാവേണ്ടത്. ഇതിപ്പോ...'

അർദ്ധോക്തിയിൽ അവൾ നിർത്തിയപ്പോഴാണ് അയാളുടെ ശ്രദ്ധ മുൻവശത്തെ വാതിലിലിലുടക്കിയത്.

'അച്ചൂ...അമ്മ വയലിൽ, നീ ചെറെടുത്തു കഴിച്ചോ.

ബൈ അമ്മ.'

'ഇതെന്ത്ന്നാടോ എഴുതിവെച്ചിന്?'

'നിന്റെ തല. നീ അതും കണ്ടുപിടിച്ചാ. അതില്ലേ മോൻ സ്കൂളും വിട്ട് വരുമ്പോ ഞാനില്ലെങ്കില് ഭയങ്കര കൊയപ്പായിരിക്കും. അതാ...'

പറിച്ചിട്ട ഇളനീർ കൊത്തിയുരിച്ച് ഗ്ലാസിലേക്ക് പകർന്ന് വച്ചുനീട്ടിയപ്പോൾ അയാൾ ഒറ്റവലിക്ക് കുടിച്ചുതീർത്തു.

ചെറിയ ചകിരി സ്പൂൺകൊണ്ട് ഇളനീർക്കാമ്പിളക്കികൊടുത്തപ്പോൾ കൊച്ചുകുട്ടികൾ ന്യൂഡിൽസ് കഴിക്കുന്നതുപോലെ അയാളത് അക

ത്താക്കി.

മുന്നിലൂടോഴുകുന്ന തോടിന്റെ ഓരത്ത് ഓടുമേഞ്ഞ ആ അലക്കുപുര. തോട്ടിലേക്കിറങ്ങാൻ ഏതാനും ഒതുക്കുകൾ. ആ ഒതുക്കുകല്ലുകളിൽ ചവുട്ടി താഴേക്കിറങ്ങാൻ നോക്കുമ്പോൾ അവൾ പറഞ്ഞു.

'വേണ്ട മോനേ...അപ്പടി വഴുക്കാ.'

അല്പനേരത്തെ മുഖാമുഖ മൗനത്തിനുശേഷം തിരിച്ചുവന്ന് വണ്ടി സ്റ്റാർട്ടാക്കിയപ്പോൾ അവൾ കൈയിലൊരു ചെറുസഞ്ചിയുമായി ഓടിവന്നു.

'ഇതാ നല്ല പേരക്കയാ. എല്ലാം പാറാടൻ തിന്നലാ. ആച്ചൂനും മാളൂട്ടിക്കും...ഓളോടന്വേഷണം പറയണം.'

ഗെയിറ്റ് കടന്നപ്പോൾ അവൾ വിളിച്ചുപറഞ്ഞുകൊണ്ടിരുന്നു.

'ശ്രദ്ധിച്ച് പോണം. അപ്പടി ചരലാ. ഇന്നാളാ സുജേന്റെ വിപി വീണിറ്റ് മുട്ട് ബീറ്റ്റൂട്ട് ചെത്തിയപോലെ ആയിപ്പോയിന്.'

വണ്ടി വീണ്ടും ഗൗരവക്കാരനായി ചരലിനെപ്പേടിച്ച് പിന്തിരിഞ്ഞ് നോക്കാതെയുള്ള ആ യാത്ര അവസാനിക്കുന്നതുവരെ അയാൾ ഓർത്തത് ആ ഒതുക്കുകളെ കുറിച്ച് മാത്രമായിരുന്നു.

ഒരിക്കൽ ഒതുങ്ങിപ്പോകലിന്റെ ഒതുക്കുകല്ലുകൾ ഇറങ്ങിപ്പോയാൽ തിരിച്ചുകയറുകയെന്നത് അസാധ്യമാണെന്ന് അയാൾ ഓർത്തെടുക്കുമ്പോഴും ഒതുക്കുകൾ മുകളിലേക്കും ചവുട്ടിക്കയറാനുള്ളതാണെന്ന ചിന്ത അയാൾക്ക് ആശ്വാസമേകി.

രാമായനം

എല്ലാ വഴിച്ചൂട്ടുകളും കൂട്ടക്കാവിലേക്കായിരുന്നു. കെട്ടുപോകാറായ ചൂട്ടുകുറ്റികളിൽനിന്ന് കൊളുത്തിയ പുതിയ ചൂട്ടുകളിൽനിന്നുള്ള വെളിച്ചവും ചൂടും അരിച്ചിറങ്ങുന്ന തണുപ്പിന്റെ രാവിന് കൂട്ടുകിടപ്പിന്റെ സുഖം പകർന്നു. ചൂട്ടുകൾ കത്തിയമരുമ്പോഴേക്കും ട്യൂബ് ലൈറ്റുകളുടെ പ്രഭാപ്രസരത്തിൽ മുങ്ങിക്കുളിച്ച് നിൽക്കുന്ന കൂട്ടക്കാവ് പരിസരത്തെത്തും. ഇനി രാവിനെ പകലാക്കിമാറ്റുന്ന കലാപരിപാടികളാണ്.

ഇന്ന് രാമന്റെ ദിവസമാണ്. സ്കൂൾ യുവജനോത്സവങ്ങളും ഉത്സവപ്പറമ്പുകളും ക്ലബ്ബ് വാർഷികങ്ങളും കടന്ന് കഥാപ്രസംഗത്തിന്റെ തായ്വേര് തേടി അവൻ വേദികളിൽനിന്ന് വേദികളിലേക്ക് പായുകയാണ്. താർപായഷീറ്റിൽ പടിഞ്ഞിരിക്കുന്ന നാട്ടുകാരുടെ മുന്നിൽ ഭാവരാഗതാളലയ സംഗമം തീർത്തപ്പോൾ നിറഞ്ഞ കയ്യടിയോടെയാണ് അവരത് സ്വീകരിച്ചത്.

മുട്ടുവരെയെത്തുന്ന തോർത്തുമുണ്ടും മുറിക്കയ്യൻ കള്ളിഷർട്ടുമിട്ട് തലയിലൊരു കെട്ടുംകെട്ടി തെങ്ങുകളിൽനിന്ന് തെങ്ങുകളിലേക്ക് കാൽത്തളയുമായി ചേക്കേറുന്ന രാമോട്ടി സായ്വ് അവനെ കണ്ടപ്പോൾ തെങ്ങിന്റെ മണ്ടയിൽനിന്ന് വിളിച്ചുപറഞ്ഞു.

'രാമാ കലക്കീറ്റ്ണ്ട് കെട്ടാ... ഇതെല്ലാം ഏട്യേനും വെച്ചിന്; ഇത്രയും കാലം, നീയിപ്പോ നാടകത്തിലും അഭിനയിക്കാൻ തൊടങ്ങീറ്റ്ണ്ടെന്ന് കേട്ടല്ലോ. എന്തായാലും നന്നായി വരും മോനേ.' അതും പറഞ്ഞ് അയാൾ ഒരു കുലത്തേങ്ങ കൊത്തിയിട്ടു.

'നീ പോകല്ലേ... ഇന്നാ രണ്ട് എളന്നറ് പിടിച്ചോ. കൊത്തിത്തിന്നിറ്റ് പോട്. നല്ല ഉഷാറുണ്ടാവും.'

സായ്വ് പറഞ്ഞുകൊണ്ടിരുന്നു.

കാലഹരണത്തിന്റെ പടവുകളിറങ്ങിക്കൊണ്ടിരിക്കുന്ന കഥാപ്രസംഗത്തിന്റെ ഭാവിയിൽ അവൻ ആശങ്കാകുലനായിരുന്നു. അങ്ങനെയാണ് നാടകത്തിലേക്കുള്ള ചുവടുമാറ്റമുണ്ടായത്. ആ തീരുമാനം ഒരു നാടകപ്രതിഭയുടെ ജനനത്തിന് കാരണമായി.

വയൽക്കരയുള്ള അവന്റെ ചെറിയ വീട്ടിൽ സൗകര്യങ്ങളേറെയൊന്നുമില്ലെങ്കിലും ഒത്തിരി സ്നേഹമുണ്ടായിരുന്നു. കുടുംബത്തിന്റെ പിന്തു

ണയില്ലായിരുന്നെങ്കിൽ പകച്ചുനിൽക്കുമായിരുന്ന തന്റെ കലാജീവിതത്തിന് കൂട്ടുനിൽക്കാൻ ഒരുകൂട്ടം ചെറുപ്പക്കാരുമുണ്ടായിരുന്നു. ഇരുൾ വഴിയിൽ വഴിച്ചൂട്ടുകളുമായി അവർ അവന് പ്രകാശം ചൊരിഞ്ഞു. അച്ഛൻ, അമ്മ, ചേച്ചിമാർ, അനുജൻ ഇതായിരുന്നു കുടുംബം. രണ്ട് പെങ്ങന്മാരുടെയും കല്യാണം കഴിഞ്ഞപ്പോൾ രോഗിയായ അമ്മയ്ക്ക് തുണയില്ലാതായി. അങ്ങിനെയാണ് ഇരുപത്തിനാലാമത്തെ വയസ്സിൽത്തന്നെ കല്യാണാലോചന മുറുകിയത്. പരിചയവൃത്തത്തിൽ തന്നെയായിരുന്നു അന്വേഷണം. ഏറെ താമസിയാതെ ഒരു സുന്ദരിക്കുട്ടിയെത്തന്നെ കണ്ടുപിടിച്ച് വിവാഹം നിശ്ചയിച്ചു.

നാടിന്റെ ഉത്സവമായി മാറി കല്യാണം. പെൺവീട്ടുകാരെ കബളിപ്പിക്കാൻ ചെറുക്കനും സുഹൃത്തുക്കളും ഒരേപോലുള്ള വേഷത്തിൽ വന്നിറങ്ങി. വെളുത്ത ഷർട്ടും മുണ്ടും ധരിച്ച് അവർ പത്തുപേർ കല്യാണപ്പുര ഭരിച്ചു.

'അല്ലപ്പാ, ഇതിലേതാ ചെക്കൻ...സുയിപ്പാക്കുന്നതിന് ഒരു കണക്കെല്ലാം ഉണ്ട്. എല്ലാം വൈറ്റ് ലഗോൺ കോയീനെപ്പോലെയുണ്ടല്ലോ.' കണ്ണുവെച്ച് പറഞ്ഞാൽ കുറിക്കു കൊള്ളുന്ന കരിങ്കണ്ണ് കരുണൻ പറഞ്ഞു.

'കുരിപ്പാ മിണ്ടാണ്ടിരിക്ക് നിന്റെ ഒടുക്കത്തെ ഒര് വായീലെ നാവ്.. കല്യാണ വീടാ ഇത്. ഒരൊറ്റ കുത്ത് വെച്ച് തന്നാലുണ്ടല്ലോ.'

അടുത്തു നിൽക്കുകയായിരുന്ന ദാസൻ അയാളുടെ വായ പൊത്തിപ്പിടിച്ച് പറഞ്ഞു.

അങ്ങനെ മുഹൂർത്തമായി. പെണ്ണിറങ്ങി വരുമ്പോൾ എല്ലാവരുടെയും കണ്ണ് മുന്നിലിക്കുന്ന പത്ത് പേരിലേക്ക് നീണ്ടു. ഏറ്റവും നടുവിലായിരിക്കുമെന്ന സാമാന്യയുക്തിയുടെ ബലൂൺ പൊട്ടിച്ച് ഏറ്റവും പിറകിൽനിന്ന് തെരുവുനാടകത്തിലെ നായകന്റെ രംഗപ്രവേശംപോലെ വരൻ കടന്നുവന്നു. 'ഞാനിവിടെയുണ്ടെന്ന' അവന്റെ വാക്കുകൾ ഉച്ചഭാഷിണിയിലെന്നപോലെ മുഴങ്ങി.

'ഇതിപ്പം, അലുവക്കണ്ടംപോലെയുണ്ടല്ലോ. ചെക്കനും പെണ്ണും.'

കരിങ്കണ്ണിന്റെ കണ്ണ് അതും കണ്ടെത്തിക്കഴിഞ്ഞിരിക്കുന്നു.

'മറപ്പാ നിന്നെയെന്തിനാ ഇങ്ങോട്ട് എഴുന്നെള്ളിച്ചിന്. ഒന്നടങ്ങിയിരിക്ക്.' ദാസൻ പല്ലിറുമ്മിക്കൊണ്ട് മുറുമുറുത്തു. അങ്ങനെ കൊട്ടും കുരവയും ആർപ്പുവിളികളുമായി ഒരു കല്യാണമേളം. എല്ലാവരുടെയും മനസ്സ് നിറഞ്ഞുകവിഞ്ഞു. അവരുടെ ജീവിതനദി തീരങ്ങളെ തഴുകിയുഴിഞ്ഞ് ഒഴുകിത്തുടങ്ങി. വീട്ടിലും നാട്ടിലും ഒരുപോലെ സ്വീകരണം. അവരുടെ കണ്ണിലുണ്ണിയായി അവർ മാറി. രാമന്റെ കലാപ്രവർത്തനങ്ങളി

ലും അവളുടെ സംഭാവനകളുണ്ടായി. നാടകങ്ങളിൽ വേഷമിട്ട് തുടങ്ങി. തന്റെ ജീവിതവഴിയിൽ തെളിഞ്ഞ് കത്തുന്ന വഴിച്ചൂട്ടായി ജീവിതസഖി യുണ്ടാവുമെന്ന തിരിച്ചറിവ് അവന് തെല്ലൊന്നുമല്ല ആശ്വാസമേകിയത്.

കേരളോത്സവത്തിലെ നാടകമത്സരത്തിൽ ഭാര്യയും ഭർത്താവുമായു ള്ള അഭിനയം അവരെ മികച്ച നടിയും നടനുമാക്കി. തുടർന്ന് നിരവധി സ്റ്റേജുകളിൽ അതേ വേഷത്തിൽ ഒരു തികഞ്ഞ നാടകജീവിതം. അങ്ങ നെയിരിക്കെ അവളുടെ ഉള്ളിലെ ജീവാങ്കുരത്തിന്റെ തുടിപ്പുകളുമായി ശാരിരികമാറ്റങ്ങൾ കണ്ടുതുടങ്ങി. അടുത്തുള്ള പ്രശസ്തയായ ഗൈന ക്കോളജിസ്റ്റിനെ കാണിച്ചു. കിടന്ന് ചികിത്സിക്കണമെന്നായിരുന്നു ഡോക് ടർ നിർദ്ദേശിച്ചത്. ഒരാഴ്ചത്തെ ചികിത്സകൊണ്ടും ഛർദ്ദിയും ക്ഷീണ വും കുറഞ്ഞില്ല.

'അല്ല ഡോക്ടറേ, മറ്റെവിടെയെങ്കിലും പോണോ. ഏടെ വേണംങ്കിലും കൊണ്ട് പോവാ....' രാമൻ പരവശനായി ചോദിച്ചു.

'ഏയ് അതിന്റെ ആവശ്യം ഒന്നും ഇല്ല. കൊറച്ച് ദിവസംകൂടി കിടന്നാ മതി.'

തുടുത്തു വെളുത്ത അവളുടെ മുഖം കറുത്തിരുണ്ട് കരുവാളിച്ച് തുട ങ്ങി. ക്ഷീണം കൂടിവരുന്നു. ഭക്ഷണം ഒട്ടും വേണ്ടാതായി.

'രാമേട്ടാ എനിക്ക് എന്തോ പോലെ. വല്ലാത്ത പേടി തോന്ന്ന്. ഏട്ട്യോ ആഴത്തില് താണുതാണ് പോകുന്നപോലെ.'

അവൾ പതുക്കെ പറഞ്ഞത് കേട്ടപ്പോൾ അവൻ സമാധാനിപ്പിച്ചു. 'ഏയ്, ഒന്നും ഇല്ലാന്നല്ലേ ഡോക്ടറ് പറഞ്ഞത്. നീയും കേട്ടതല്ലേ. പിന്നെന്താ...'

'ശരി ഏട്ടാ....എന്നാ ഞാനൊറങ്ങട്ടെ. എന്റെ അടുത്ത് തന്നെ ഉണ്ടാ വണം. എപ്പോഴും.'

ഇതും പറഞ്ഞ് തൊട്ടാവാടിയിലപോലെ അവളുടെ കണ്ണുകൾ കൂമ്പി യടഞ്ഞു. എല്ലാവരും നോക്കിനിൽക്കെ ഉറക്കത്തിന്റെ വള്ളികളിൽ പിടി ച്ച് അതിന്റെ നിലയില്ലാക്കയങ്ങളിലേക്ക് അവൾ ഊളിയിട്ടു.

വൈകുന്നേരം ചായ കൊണ്ടുവന്ന് വിളിച്ചപ്പോഴാണ് ആ ഉറക്കത്തി ന്റെ ആഴവും ദൈർഘ്യവും മറ്റുള്ളവർക്ക് ബോധ്യമായത്.

നാട് ഞെട്ടിവിറച്ചു.

സുഹൃത്തുക്കൾ ആശുപത്രി ആക്രമിച്ചു. ചിലർക്ക് സമനില തെറ്റി. എങ്ങും നിലവിളികളും കണ്ണുനീരും മാത്രം. തലയണയിൽ മുഖമമർ ത്തിക്കരയുന്ന രാമന്റെ അരികിലെത്തിയ രാമോട്ടിസായ്വ് തന്റെ കാലി ലെ തഴമ്പുതള തടവിക്കൊണ്ട് പറഞ്ഞു.

'മോനേ ദൈവത്തിന് ദാഹിക്കുമ്പോ തെങ്ങ്മ്മല് പാഞ്ഞുകേറി എല്ലാം പറച്ചിടും. തേങ്ങയാന്നോ കരിക്കാന്നോ നോട്ടമില്ല. സഹിക്ക തന്നെ. അല്ലാണ്ടെന്താ ചെയ്യ്വാ.'

പിന്നീട് രാമന്റെ ജീവിതത്തിൽ ചൂട്ടുകളൊന്നും തെളിഞ്ഞില്ല. നിറഞ്ഞുകത്തിക്കൊണ്ടിരുന്ന ഒരു നിലവിളക്കായിരുന്ന ജീവിതം പൊടുന്നനെ കരിന്തിരി കത്തിയണഞ്ഞിരിക്കുന്നു. മുറിക്കകത്തെ അവളുടെ ഫോട്ടോയ്ക്കുമുന്നിൽ നിറമിഴികളുമായി കുറെനാൾ. എങ്ങും പുറത്തിറങ്ങാതെ കുറെനാൾ. വീട്ടുകാരുടെയും നാട്ടുകാരുടെയും സുഹൃത്തുക്കളുടെയും സ്നേഹാഭ്യർത്ഥനയെ തുടർന്ന് ഒരു വർക്ക്ഷോപ്പിൽ ജോലിക്ക് പോയിത്തുടങ്ങി. പതുക്കെ നിത്യജീവിതത്തിന്റെ നിറമുള്ള കർട്ടൻ ഉയരുന്നുവെന്ന് തോന്നലുണ്ടായപ്പോൾ സുഹൃത്തുക്കൾ പറഞ്ഞു.

'രാമേട്ടാ കഴിഞ്ഞതു കഴിഞ്ഞു. ഇനിയും ഇങ്ങനെ... വേറൊരു കല്യാണം....വയസ്സത്രെയല്ലേ ആയിട്ടുള്ളു.'

'എടോ വേണ്ട. ഞാനൊന്നും മറന്നിട്ടില്ല. ഇനിയെനിക്ക് കല്യാണേ വേണ്ട. ആരാ പറഞ്ഞത്...അവളില്ലാന്ന് കണ്ടാ...ഈ പൂമ്പാറ്റ. അവളാ അത്. എപ്പോഴും അത് എന്റെ മുറീല് വരും. കൊറേനേരം പാറിക്കളിച്ച് എങ്ങോട്ടോ പോവും.'

കല്യാണം നടക്കില്ലെന്നുറപ്പിച്ച അവർ പറഞ്ഞു.

'എന്നാപ്പിന്നെ നിങ്ങൾക്ക് പഴേപോലെ നാടകത്തിലൊക്കെ അഭിനയിച്ചൂടേ?'

'അപ്പറഞ്ഞത് ന്യായം. അതാലോചിക്കാം.'

വർക്ക്ഷോപ്പിലെ പണി കഴിഞ്ഞ് മുതലാളിമുക്കിൽ ബസ്സിറങ്ങിയ രാമനെ പിന്തുടർന്ന ബാലകൃഷ്ണേട്ടൻ പതുക്കെ പറഞ്ഞു.

'അല്ല രാമാ, ഇങ്ങനെയൊക്കെ നടന്നാ മതിയാ...വേറൊരു കല്യാണം കഴിച്ചൂടേ?'

കല്ലുമ്മക്കായത്തോട് കൊണ്ട് ചെമ്പിലുരയ്ക്കുന്ന ശബ്ദത്തോടുകൂടിയ അയാളുടെ വാക്കുകൾ പതിവിലും സൗമ്യമായി കേട്ടപ്പോൾ രാമൻ മറുപടി പറഞ്ഞു. 'അതു കഴിഞ്ഞില്ലേ ബാലകൃഷ്ണേട്ടാ...ഇനിയതൊരിക്കലും ആവർത്തിക്കൂലാ. കാരണം അവള് എന്റെ കൂടെത്തന്നെയുണ്ട്. ഞാനെവിടെപ്പോയാലും അവളുണ്ടാവും. പിന്നെങ്ങനെയാ വേറൊരാള്...'

പിന്നീട് വേദികളിൽനിന്ന് വേദികളിലേക്ക്...

പല വേഷങ്ങൾ പകർന്നാടുമ്പോഴും ആ കണ്ണുകളിലെ ദൈന്യതയുടെ ആഴം തൊട്ടറിയാൻ പലർക്കുമായില്ല. ആത്മാവിൽ തൊടുന്ന വിര

ലുകളുമായി മുതിർന്ന സുഹൃത്ത് പുനർവിവാഹക്കാര്യം സൂചിപ്പിച്ചപ്പോൾ അവന്റെ മറുപടി ഇതായിരുന്നു.

'നഷ്ടത്തിന്റെ ആഴവും പരപ്പും നഷ്ടപ്പെട്ടവർക്കേ മനസ്സിലാവൂ. മറ്റുള്ളവർക്കതാവില്ല. മറക്കണംന്ന് പറയാൻ എന്തെളുപ്പാ...ഞാനത്രക്ക് സ്നേഹിച്ചുപോയില്ലേ...ഒരു പൂമ്പാറ്റയായി അവളെന്റെ കൂടെതന്നെയുണ്ട്. ദാ കണ്ടോ...'

അപ്പോൾ പുള്ളിയുടുപ്പിട്ട ഒരു കുഞ്ഞുപൂമ്പാറ്റ എങ്ങുനിന്നോ പറന്നുവന്ന് പാറിക്കളിച്ച് അകന്നകന്നുപോയി.

അയാളെ കെട്ടിപ്പിടിച്ച് പൊട്ടിക്കരഞ്ഞ രാമനെ വായിച്ചെടുക്കാൻ നട്ടുച്ചയ്ക്കസ്തമിച്ച സൂര്യനെപ്പോലെ അകാലമൃത്യു വരിച്ച അനുജന്റെ ഓർമ്മ അയാൾക്ക് തുണയായി.

www.ingramcontent.com/pod-product-compliance
Lightning Source LLC
LaVergne TN
LVHW060151051026
849517LV00007B/2624